CW00419829

Guja.

BHAGVAD GEETA

As It Is

(Geeta-Gita OR-Shrimad Bhagvad Geeta)

Shloka in Gujarati and
Simple Gujarati Translation

: Presentation By :
Anil Pravinhai Shukla
(Inspiration -Mom Indu)
www.sivohm.com
Email- lalaji@sivohm.com
September- 2017

ભગવદ્ ગીતા

(ગીતા-કે-શ્રીમદ ભગવદ ગીતા)

તેના મૂળ રૂપે

(ગુજરાતીમાં શ્લોક અને ગુજરાતી અર્થ સાથે)

: વિનમ્રકરણ :
અનિલ પ્રવીણભાઈ શુક્લ
(મા ઇન્દુ ની પ્રેરણાથી)

www.sivohm.com
Email- lalaji@sivohm.com

Dedicated to-In loving Memory Of

Grandpa-Labhshanker   Grandma-Santok Baa

Dad-Dr.Pravinbhai   Mom-Induben (Inda)

: From :
Anil and Renuka
Son-Manan,Daughter in law-Anne and Grand Daughter Stella

અનુક્રમણિકા

દરેક અધ્યાયની અંતે-એક પાનમાં ટૂંકસાર આપેલો છે.
અને છેલ્લે "ગીતા-ઉડતી નજરે" માં બધા અધ્યાયનો સાર આપેલો છે.

Total-135 -Pages

ગીતા મંત્ર

બીજ-જેનો શોક કરવા યોગ્ય નથી તેનો તું શોક કરે છે,અને વાતો બુધ્દ્ધિમાન ના જેવી બોલે છે.............................(૨-૧૧)

શક્તિ-સર્વ ધર્મ ત્યજીને એક મારે શરણે આવ..................... (૧૮-૬૬)

આધાર-તું શોક ના કર,તને સર્વ પાપોમાં થી મુક્ત કરીશ.......(૧૮-૬૬)

ગીતાના જ્ઞાનની શરૂઆત,બીજા અધ્યાયના અગિયારમા શ્લોકથી થાય છે,માટે જ તે શ્લોકને ગીતાનું બીજ કહે છે.

અધ્યાય-૧-અર્જુનવિષાદયોગ

ધૃતરાષ્ટ્ર ઉવાચ:
ધર્મક્ષેત્રે કુરુક્ષેત્રે સમવેતા યુયુત્સવઃ।
મામકાઃ પાણ્ડવાશ્ચૈવ કિમકુર્વત સંજય (૧)

ધૃતરાષ્ટ્ર બોલ્યા-હે સંજય, ધર્મભૂમિ કુરુક્ષેત્રમાં યુધ્ધની
ઇચ્છાથી એકત્ર થયેલા મારા અને પાંડુના પુત્રોએ શું કર્યું ? (૧)

સંજય ઉવાચ:
દૃષ્ટ્વા તુ પાણ્ડવાનીકં વ્યૂઢં દુર્યોધનસ્તદા,
આચાર્યમુપસંગમ્ય રાજા વચનમબ્રવીત્ (૨)

સંજય બોલ્યા-હે રાજન, પાંડવોની સેનાને જોઇને
રાજા દુર્યોધન દ્રોણાચાર્યની પાસે જઇને બોલ્યા (૨)

પશ્યૈતાં પાણ્ડુપુત્રાણામાચાર્ય મહતીં ચમૂમ્,
વ્યૂઢાં દ્રુપદપુત્રેણ તવ શિષ્યેણ ધીમત (૩)

હે આચાર્ય, આપના શિષ્ય દ્રુપદપુત્ર ધૃષ્ટધુમ્ન દ્વારા
ગોઠવાયેલી પાંડવોની આ વિશાળ સેનાને જુઓ (૩)

અત્ર શૂરા મહેષ્વાસા ભીમાર્જુનસમા યુધિ,
યુયુધાનો વિરાટશ્ચ દ્રુપદશ્ચ મહારથઃ

ધૃષ્ટકેતુશ્ચેકિતાનઃ કાશિરાજશ્ચ વીર્યવાન્,
પુરુજિત્કુન્તિભોજશ્ચ શૈબ્યશ્ચ નરપુન્ગવઃ (૪-૫)

એમાં ભીમ અને અર્જુનના સમાન યુયુધાન (સાત્યકિ),રાજા વિરાટ,
મહારાજા દ્રુપદ,ધૃષ્ટકેતુ,ચેકિતાન,કાશીરાજ,પુરુજિત,કુંતીભોજ તથા
નરશ્રેષ્ઠ શૈબ્ય જેવા કેટલાય પરાક્રમી શૂરવીર યોધ્ધાઓ છે (૪-૫)

યુધામન્યુશ્ચ વિક્રાન્ત ઉત્તમૌજાશ્ચ વીર્યવાન્,
સૌભદ્રો દ્રૌપદેયાશ્ચ સર્વ એવ મહારથાઃ (૬)

પાંડવોની સેનામાં વિક્રાન્ત, યુધામન્યુ, વીર્યવાન ઉત્તમૌજા,સુભદ્રાપુત્ર
અભિમન્યુ તથા દ્રૌપદીના પુત્રો-એ બધા મહારથીઓનો સમાવેશ થાય છે (૬)

અસ્માકં તુ વિશિષ્ટા યે તાન્નિબોધ દ્વિજોત્તમ,
નાયકા મમ સૈન્યસ્ય સંજ્ઞાર્થં તાન્બ્રવીમિ તે

ભવાન્ભીષ્મશ્ચ કર્ણશ્ચ કૃપશ્ચ સમિતિંજયઃ,
અશ્વત્થામા વિકર્ણશ્ચ સૌમદત્તિસ્તથૈવ ચ

અન્યે ચ બહવઃ શૂરા મદર્થે ત્યક્તજીવિતાઃ,
નાનાશસ્ત્રપ્રહરણાઃ સર્વે યુધ્ધવિશારદાઃ (૭-૮-૯)

હવે હે દ્વિજોત્તમ, આપણી સેનાના યોદ્ધાઓ વિશે હું તમને કહું.
આપણી સેનામાં તમારા પુત્રો ઉપરાંત પિતામહ ભીષ્મ, કર્ણ, કૃપાચાર્ય, અશ્વત્થામા,
વિકર્ણ અને સૌમદત્ત જેવા મહાન યોદ્ધાઓ છે. એમના સિવાય આપણી સેનામાં
યુદ્ધકળામાં નિપુણ હોય, શસ્ત્રાસ્ત્રવિદ્યામાં માહિર હોય એવા અનેક યોદ્ધાઓ છે,
જેઓ મારે માટે પોતાના જાનની બાજી લગાવવા તૈયાર છે. (૭-૮-૯)

અપર્યાપ્તં તદસ્માકં બલં ભીષ્માભિરક્ષિતમ્,
પર્યાપ્તં ત્વિદમેતેષાં બલં ભીમાભિરક્ષિતમ્ (૧૦)

પિતામહ ભીષ્મ દ્વારા રક્ષાયેલ આપણી સેનાનું બળ અસીમ અને અખૂટ છે,
જયારે આપણી સાથેની તુલનામાં,ભીમ દ્વારા રક્ષાયેલી
પાંડવોની સેનાનું બળ સીમિત છે .(૧૦)

અયનેષુ ચ સર્વેષુ યથાભાગમવસ્થિતાઃ,
ભીષ્મમેવાભિરક્ષન્તુ ભવન્તઃ સર્વ એવ હિ. (૧૧)

એથી સર્વ યોદ્ધાઓ, પોતપોતાના નિયુક્ત કરેલ સ્થાન પર રહી
સર્વ પ્રકારે આપણા સેનાપતિ એવા પિતામહ ભીષ્મની રક્ષા કરે છે (૧૧)

તસ્ય સંજનયન્હર્ષં કુરુવૃદ્ધઃ પિતામહઃ,
સિંહનાદં વિનદ્યોચ્ચૈઃ શઙ્ખં દધ્મૌ પ્રતાપવાન્ (૧૨)

તતઃ શઙ્ખાશ્ચભેર્યશ્ચ પણવાનકગોમુખાઃ,
સહસૈવાભ્યહન્યન્ત સ શબ્દસ્તુમુલોભવત્ (૧૩)

તે સમયે વરિષ્ટ કુરુ એવા પિતામહ ભીષ્મે જોરથી સિંહનાદ કર્યો અને
શંખનાદ કર્યો,જેથી દુર્યોધનના હૃદયમાં હર્ષની લાગણી થઇ. તે પછી
અનેક મહારથીઓએ પોતાના શંખ, નગારા, ઢોલ વગેરે વગાડ્યા. (૧૨-૧૩)

તતઃ શ્વેતૈર્હયૈર્યુક્તે મહતિ સ્યન્દને સ્થિતો,
માધવઃ પાણ્ડવશ્ચૈવ દિવ્યૌ શઙ્ખૌ પ્રદધ્મતુઃ(૧૪)

એ બધાના સ્વરોથી વાતાવરણમાં ભયાનક નાદ થયો. એ સમયે સફેદ
ઘોડાઓથી શોભતા ભવ્ય રથમાં વિરાજમાન ભગવાન શ્રીકૃષ્ણ અને
પાંડુપુત્ર અર્જુને પોતપોતાના શંખ વગાડ્યા. (૧૪)

પાંચ જન્યં હૃષીકેશો દેવદત્તં ધનંજયઃ,
પૌણ્ડ્રં દધ્મૌ મહાશઙ્ખં ભીમકર્માં વૃકોદરઃ(૧૫)

ભગવાન ઋષિકેશે (શ્રી કૃષ્ણે) પાંચજન્ય શંખ વગાડ્યો અને ધનંજય (અર્જુને)
દેવદત્ત શંખ વગાડ્યો.ભીમે પોતાનો પૌડ્રક નામના શંખનો ધ્વનિ કર્યો.(૧૫)

અનન્તવિજયં રાજા કુન્તીપુત્રો યુધિષ્ઠિરઃ,
નકુલઃ સહદેવશ્ચ સુધોષમણિપુષ્પકૌ.(૧૬)

કુંતીપુત્ર મહારાજા યુધિષ્ઠિરે પોતાના અનંતવિજય નામના શંખનો,
નકુલે સુઘોષ અને સહદેવે મણિપુષ્પક નામના શંખનો ધ્વનિ કર્યો (૧૬)

કાશ્યશ્ચ પરમેષ્વાસઃ શિખણ્ડી ચ મહારથઃ,
ધૃષ્ટધુમ્નો વિરાટશ્ચ સાત્યકિશ્ચાપરાજિતઃ.(૧૭)

દ્રુપદો દ્રૌપદેયાશ્ચ સર્વશઃ પૃથિવીપતે,
સૌભદ્રશ્ચ મહાબાહુઃ શઙ્ખાન્દધ્મુઃ પૃથક્પૃથક્.(૧૮)

ધનુર્ધર કાશિરાજ, મહારથી શિખંડી, ધૃષ્ટધુમ્ન્ય, વિરાટરાજ,
અજેય એવા સાત્યકિ, મહારાજા દ્રુપદ,અભિમન્યુ તથા
દ્રૌપદીના અન્ય પુત્રોએ પોતપોતાના શંખોનો ધ્વનિ કર્યો. (૧૭-૧૮)

સ ધોષો ધાર્તરાષ્ટ્રાણાં હૃદયાનિ વ્યદારયત્,
નભશ્ચ પૃથિવીં ચૈવ તુમુલો વ્યનુનાદયન્.(૧૯)

શંખોના મહાધ્વનિથી આકાશ અને ધરા પર મોટો શોર થયો.એ સાંભળીને
ધૃતરાષ્ટ્રના પુત્રોના (કૌરવોના) હૃદયમાં જાણે હલચલ થઇ. (૧૯)

અથ વ્યવસ્થિતાન્ દૃષ્ટ્વા ધાર્તરાષ્ટ્રાન્કપિધ્વજઃ,
પ્રવૃત્તે શસ્ત્રસંપાતે ધનુરુદ્યમ્ય પાણ્ડવઃ(૨૦)

અર્જુને, કે જેના રથ પર ધજામાં હનુમાનજી વિરાજમાન હતા,
તેણે પોતાનુ ગાંડિવ (ધનુષ્ય) તૈયાર કરી ભગવાન ઋષિકેશને કહ્યું.(૨૦)

હૃષીકેશં તદા વાક્યમિદમાહ મહીપતે,
સેનયોરુભયોર્મધ્યે રથં સ્થાપય મેચ્યુત(૨૧)

યાવદેતાન્નિરીક્ષેહં યોધ્દુકામાનવસ્થિતાન્,
કૈર્મયા સહ યોધ્દવ્યમસ્મિન્રણસમુધમે.(૨૨)

યોત્સ્યમાનાનવેક્ષેહં ય એતેત્ર સમાગતાઃ,
ધાર્તરાષ્ટ્રસ્ય દુર્બુધ્દેર્યુધ્દે પ્રિયચિકીર્ષવઃ(૨૩)

હે અચ્યુત (હે કૃષ્ણ), મારો રથ બંને સેનાઓની મધ્યમાં લઈ ચાલો,
જેથી હું બંને પક્ષના યોદ્ધાઓને સારી પેઠે જોઇ શકું.
મારે જોવું છે કે દુર્બુદ્ધિથી ભરેલ દુર્યોધનનો સાથ આપવા માટે
યુદ્ધભૂમિમાં કયા કયા યોદ્ધાઓ ભેગા થયા છે.
અને કોની સાથે મારે યુદ્ધ કરવાનું છે? (૨૧-૨૨-૨૩)

સંજયઉવાચ -
એવમુક્તો હૃષીકેશો ગુડાકેશેન ભારત,
સેનયોરુભયોર્મધ્યે સ્થાપયિત્વા રથોત્તમમ્.(૨૪)

ભીષ્મદ્રોણપ્રમુખતઃ સર્વેષાં ચ મહીક્ષિતામ્,
ઉવાચ પાર્થ પશ્યૈતાન્સમવેતાન્કુરૂનિતિ.(૨૫)

સંજય કહે છે-હે ભારત (ધૃતરાષ્ટ્ર), ગુડાકેશ (અર્જુન)ના વચનો સાંભળી
ભગવાન ઋષિકેશે એમનો રથ બંને સેનાની મધ્યમાં લાવીને ઊભો રાખ્યો.
રથ જ્યારે પિતામહ ભીષ્મ, આચાર્ય દ્રોણ તથા અન્ય પ્રમુખ યોદ્ધાઓની
સામે આવીને ઊભો રહ્યો ત્યારે ભગવાન કૃષ્ણે અર્જુનને કહ્યું, અર્જુન,
વિપક્ષમાં યુદ્ધ માટે તૈયાર થયેલા યોદ્ધાઓને બરાબર જોઈ લે. (૨૪-૨૫)

તત્રાપશ્યત્સ્થિતાન્પાર્થઃ પિતૃનથ પિતામહાન્,
આચાર્યાન્માતુલાન્ભ્રાતૃન્પુત્રાન્પૌત્રાન્સખીંસ્તથા.(૨૬)

પાર્થે બંને સેનાઓનું નિરીક્ષણ કર્યું તો એમાં પોતાના પિતરાઈ ભાઈઓ,
પિતામહ, આચાર્ય, મામા,પુત્ર, પૌત્રો, મિત્રો, સ્નેહીજનો તથા
હિતચિંતકોને ઊભેલા જોયા (૨૬)

કૃપયા પરયાવિષ્ટો વિષીદન્નિદમબ્રવીત્,
દૃષ્ટ્વેમં સ્વજનં કૃષ્ણ યુયુત્સું સમુપસ્થિતમ્.(૨૭)

એ બધા ને જોઈને અર્જુનનું મન ઉદ્વિગ્ન થઇ ગયું.
વિષાદથી ભરેલ મને એણે,ભગવાન કૃષ્ણને કહ્યું,(૨૭)

અર્જુન ઉવાચ
શ્વશુરાન્સુહૃદશ્ચૈવ સેનયોરુભયોરપિ,
તાન્સમીક્ષ્ય સ કૌન્તેયઃ સર્વાન્બન્ધૂનવસ્થિતાન્.(૨૮)

સીદન્તિ મમ ગાત્રાણિ મુખં ચ પરિશુષ્યતિ,
વેપથુશ્ચ શરીરે મે રોમહર્ષશ્ચ જાયતે.(૨૯)

ગાણ્ડીવં સ્રંસતે હસ્તાત્ત્વક્ચૈવ પરિદહ્યતે,
ન ચ શક્નોમ્યવસ્થાતું ભ્રમતીવ ચ મે મનઃ(૩૦)

હે કૃષ્ણ, યુધ્દ્ધ ભૂમિમાં હું સગાં સંબંધી અને હિતેચ્છુઓને લડવા માટે તત્પર ઊભેલા જોઈ રહ્યો છું.મની સાથે યુધ્દ્ધ કરવાની માત્ર-કલ્પના કરતાં જ, મારાં અંગ ઠંડા પડી રહ્યા છે, મારું મોં સુકાઈ રહ્યું છે,મારું શરીર અને અંગેઅંગ કાંપી રહ્યા છે.મારા હાથમાંથી ગાંડીવ જાણે સરકી રહ્યું છે. મારી ત્વચામાં દાહ થઈ રહ્યો હોય એવું મને લાગે છે.મારું ચિત્ત ભમી રહ્યું હોય એવું મને લાગે છે અને મારાથી ઊભા પણ રહેવાતું નથી. (૨૮,૨૯,૩૦)

નિમિત્તાનિ ચ પશ્યામિ વિપરીતાનિ કેશવ,
ન ચ શ્રેયોનુપશ્યામિ હત્વા સ્વજનમાહવે.(૩૧)

ન કાઙ્ક્ષે વિજયં કૃષ્ણ ન ચ રાજ્યં સુખાનિ ચ,
કિં નો રાજ્યેન ગોવિન્દ કિં ભોગૈર્જીવિતેન વા.(૩૨)

હે કેશવ, મને અમંગલ લક્ષણો દેખાઈ રહ્યા છે.મારા સ્વજન અને હિતેચ્છુઓને મારવામાં મને કોઈ કલ્યાણનું કામ હોય એમ નથી લાગતું, હે કૃષ્ણ, મને ન તો યુધ્દ્ધમાં વિજય મેળવવાની ઈચ્છા છે, ન તો રાજ્યગાદી મેળવવાની કે અન્ય સુખોની કામના છે. (૩૧-૩૨)

યેષામર્થે કાઙ્ક્ષિતં નો રાજ્યં ભોગાઃ સુખાનિ ચ,
ત ઇમેવસ્થિતા યુધ્દ્ધે પ્રાણાંસ્ત્યક્ત્વા ધનાનિ ચ.(33)

આચાર્યાઃ પિતરઃ પુત્રાસ્તથૈવ ચ પિતામહાઃ,
માતુલાઃ શ્વશુરાઃ પૌત્રાઃ શ્યાલાઃ સમ્બન્ધિનસ્તથા.(૩૪)

હે ગોવિંદ,સ્વજનો અને હિતેચ્છુઓને મારીને મળનાર રાજ્ય અને ભોગોને ભોગવીને અમારે શું કરવું છે ? અરે, તેમને હણ્યા પછી અમારા જીવનનો પણ શું અર્થ બાકી રહેશે? જેને માટે(મારા ગુરુજન, પિતા, પુત્ર, પૌત્રો, શ્વસુર પક્ષના સગાસંબંધીઓ) આ વૈભવ,રાજ્ય અને ભોગની કામના અમે કરીએ છીએ તેઓ સ્વયં આ યુધ્દ્ધભૂમિમાં પોતાના પ્રાણોનું બલિદાન આપવા ઊભેલા છે(૩૩-૩૪)

એતાન્ન હન્તુમિચ્છામિ ઘ્નતોપિ મધુસૂદન,
અપિ ત્રૈલોક્યરાજ્યસ્ય હેતોઃ કિં નુ મહીકૃતે.(૩૫)

આ બધાને ત્રિભુવનના (ત્રણે ભુવન ના) રાજ્ય માટે પણ મારવાની કલ્પના હું કરી શકું એમ નથી,તો ધરતીના ટુકડા માટે એમને શા માટે મારવા ? ભલેને તેઓ અમને મારી નાખે.(૩૫)

નિહત્ય ધાર્તરાષ્ટ્રાન્નઃ કા પ્રીતિઃ સ્યાજ્જનાર્દન,
પાપમેવાશ્રયેદસ્માન્હત્વૈતાનાતતાયિનઃ.(૩૬)

તસ્માન્નાર્હા વયં હન્તું ધાર્તરાષ્ટ્રાન્સ્વબાન્ધવાન્,
સ્વજનં હિ કથં હત્વા સુખિનઃ સ્યામ માધવ.(૩૭)

ધૃતરાષ્ટ્રના પુત્રોને મારવાથી અમને શું પ્રસન્નતા મળશે.હે જનાર્દન, સ્વજનોની હત્યા કરવાથી તો કેવળ પાપ જ મળશે.એટલે એમને મારવા ઉચિત નથી. એમને મારી ને હું કેવી રીતે સુખી થઈશ? (૩૬-૩૭)

યદ્યપ્યેતે ન પશ્યન્તિ લોભોપહતચેતસઃ,
કુલક્ષયકૃતં દોષં મિત્રદ્રોહે ચ પાતકમ્.(૩૮)

હે માધવ, એમની (દુર્યોધન અને કૌરવોની) મતિ તો રાજ્યના લોભથી ભ્રષ્ટ થઈ ગઈ છે. પોતાના કુળનો વિનાશ કરવામાં તથા મિત્રોનો દ્રોહ કરવામાં એમનેકોઈ પણ પ્રકારનો ક્ષોભ થતો નથી.(૩૮)

કથં ન જ્ઞેયમસ્માભિઃ પાપાદસ્માન્નિવર્તિતુમ્,
કુલક્ષયકૃતં દોષં પ્રપશ્યદ્ભિર્જનાર્દન.(૩૯)

કુલક્ષયે પ્રણશ્યન્તિ કુલધર્માઃ સનાતનાઃ,
ધર્મે નષ્ટે કુલં કૃત્સ્નમધર્મોભિભવત્યુત.(૪૦)

પરંતુ હે જનાર્દન, અમે અમારા કુળનો વિનાશ શા માટે થવા દઈએ,એવું ઘોર પાતકનું કામ કરવામાં અમે શા માટે પ્રવૃત્ત થઈએ.કુળનો વિનાશ થતાં કુળધર્મોનો નાશ થાય છે.અને કુળધર્મનો નાશ થતાં અધર્મ વ્યાપે છે. (૩૯-૪૦)

અધર્માભિભવાત્કૃષ્ણ પ્રદુષ્યન્તિ કુલસ્ત્રિયઃ,
સ્ત્રીષુ દુષ્ટાસુ વાર્ષ્ણેય જાયતે વર્ણસઙ્કરઃ.(૪૧)

અધર્મ વ્યાપવાથી કુળની સ્ત્રીઓમાં દોષ આવે છે. અને હે વાષ્ણેય(કૃષ્ણ),એવું થવાથી વર્ણધર્મ નષ્ટ થઈ જાય છે. વર્ણધર્મનો નાશ થતાં વર્ણસંકર પ્રજા ઉત્પન્ન થાય છે. (૪૧)

સઙ્કરો નરકાયૈવ કુલઘ્નાનાં કુલસ્ય ચ,
પતન્તિ પિતરો હ્યેષાં લુપ્તપિણ્ડોદકક્રિયાઃ.(૪૨)

દોષૈરેતૈઃ કુલઘ્નાનાં વર્ણસઙ્કરકારકૈઃ,
ઉત્સાદ્યન્તે જાતિધર્માઃ કુલધર્માશ્ચ શાશ્વતાઃ.(૪૩)

ઉત્સન્નકુલધર્માણાં મનુષ્યાણાં જનાર્દન,
નરકેનિયતં વાસો ભવતીત્યનુશુશ્રુમ.(૪૪)

અહો બત મહત્પાપં કર્તું વ્યવસિતા વયમ્,
યદ્રાજ્યસુખલોભેન હન્તું સ્વજનમુદ્યતાઃ(૪૫)

એવા સંતાનો એમના પિતૃઓનું શ્રાદ્ધ વગેરે કર્મ કરતાં નથી. એથી પિતૃઓની દુર્ગતિ થાય છે.તેમનો ઉદ્ધાર ન થવાથી તેઓ નરકમાં જાય છે. કુલધર્મ અને વર્ણધર્મથી નષ્ટ થયેલ એવા મનુષ્યને અનિશ્ચિત સમય સુધી નરકમાં વાસ કરવો

પડે છે,એવું મેં સાંભળ્યું છે. એથી હે કેશવ, મને સમજાતું નથી કે અમે આવું
પાપકર્મ કરવા માટે શા માટે અહીં ઉપસ્થિત થયા છીએ?
રાજ્ય અને સુખ મેળવવા માટે અમારા જ સ્વજનોને હણવા માટે
અમે કેમ વ્યાકુળ બન્યા છીએ ? (૪૨-૪૫)

યદિ મામપ્રતીકારમશસ્ત્રં શસ્ત્રપાણયઃ,
ધાર્તરાષ્ટ્રા રણે હન્યુસ્તન્મે ક્ષેમતરં ભવેત્.(૪૬)

મને લાગે છે કે યુધ્દ્ કરવા કરતાં તો બહેતર છે કે હું શસ્ત્રોનો ત્યાગ કરી દઉં.
ભલે ધૃતરાષ્ટ્રના પુત્રો મને નિઃશસ્ત્ર અવસ્થામાં યુધ્દ્ભૂમિમાં મારી નાખે. (૪૬)

સંજય ઉવાચ
એવમુક્ત્વાર્જુનઃ સંખ્યે રથોપસ્થ ઉપાવિશત્,
વિસૃજ્ય સશરં ચાપં શોકસંવિગ્નમાનસઃ.(૪૭)

સંજય કહે છે
એમ કહીને ઉદ્વિગ્ન મનથી ભરેલ અર્જુન પોતાના ગાંડિવનો પરિત્યાગ કરીને રથમાં
પાછળ બેસી ગયો.(૪૭)

અધ્યાય -૧ -અર્જુનવિષાદયોગ-સમાપ્ત

ટૂંકસાર-અધ્યાય-૧

કૌરવો એ પાંડવોના રાજ્યભાગ ના હક્ક ની અવગણના કરી,
કૃષ્ણ શાંતિદૂત બન્યા પણ સમજાવટ અસફળ રહી ,
રાજ્યભાગ માટે યુધ્દ્નો આરંભ થયો.
યુધ્દ્ની વચ્ચે ઉભેલા રથમાં અર્જુન અને સારથી કૃષ્ણ છે.

અર્જુને સામે લડનારાઓમાં પોતાના સગા -સંબંધીઓને જોયા (૨૬)
અને વિચારમાં પડી ગયો કે...
સ્વજનોનો વધ કરી મળેલી રાજ્ય પ્રાપ્તિથી કયો આનંદ મલશે?
ખેદ-શોક થયો .અને તેનું શરીર ઢીલું પડી ગયું ,
મુખ સુકાણું અને શરીરમાં કંપ થયો (૨૯)

અને કૃષ્ણ ને કહે છે કે..."સામે ઉભેલા સગા-સંબધીઓ ભલે મને મારી નાખે
પણ ત્રણે લોકના રાજ્ય માટે પણ હું તેમને મારવા ઇચ્છતો નથી (૩૫)
કારણકે કુળનો નાશ થતા કુલ ધર્મો નાશ પામે છે.
કુળધર્મ નાશ થતાં કુળ અધર્મમાં દબાઈ જાય છે.(૪૦)
આમ શોક(વિષાદ) થી વ્યાકુળ
અર્જુન ધનુષ્ય-બાણ છોડી બેસી ગયો (૪૭)

અધ્યાય-૨-સાંખ્યયોગ

સંજય ઉવાચ-
તં તથા કૃપયાવિષ્ટમશ્રુપૂર્ણાકુલેક્ષણમ્,
વિષીદન્તમિદં વાકયમુવાચ મધુસૂદનઃ.(૧)

સંજય કહે છે- આંખમાં આંસુ અને હ્રદયમાં શોક તથા વિષાદ ભરેલ અર્જુનને,
મધુસૂદને (કૃષ્ણે) આમ કહ્યું.(૧)

ભગવાન ઉવાચ
કુતસ્ત્વા કશ્મલમિદં વિષમે સમુપસ્થિતમ્,
અનાર્યજુષ્ટમસ્વર્ગ્યમકીર્તિકરમર્જુન(૨)

ભગવાન કહે છે કે-
હે અર્જુન, યુધ્ધ ભૂમિમાં આ સમયે તને આવા વિચારો ક્યાંથી આવી રહ્યા છે.
કારણ કે જેને લીધે ન તો સ્વર્ગ મળે છે કે ન તો કીર્તિ પ્રાપ્ત થાય છે,
આવા વિચારો તારા જેવા શ્રેષ્ઠ પુરુષો કરતા નથી. (૨)

ક્લૈબ્યં મા સ્મ ગમઃ પાર્થ નૈતત્ત્વય્યુપપદ્યતે,
ક્ષુદ્રં હ્રદયદૌર્બલ્યં ત્યક્ત્વોત્તિષ્ઠ પરન્તપ.(૩)

હે પાર્થ, તું આવા દુર્બળ અને કાયર વિચારોનો ત્યાગ કર
અને યુધ્ધ કરવા માટે તૈયાર થા.(૩)

અર્જુન ઉવાચ-
કથં ભીષ્મમહં સંખ્યે દ્રોણં ચ મધુસૂદન,
ઇષુભિઃ પ્રતિયોત્સ્યામિ પૂજાર્હાવરિસૂદન.(૪)

અર્જુન કહે છે કે-
હે મધુસૂદન, હું કેવી રીતે યુધ્ધ ભૂમિમાં ભીષ્મ પિતામહ અને આચાર્ય દ્રોણ
સાથે યુધ્ધ કરું ? હે મધુસૂદન, મારે માટે બંને પૂજનીય છે. (૪)

ગુરૂનહત્વા હિ મહાનુભાવાન્ શ્રેયો ભોક્તું ભૈક્ષ્યમપીહ લોકે,
હત્વાર્થકામાંસ્તુ ગુરૂનિહૈવભુઞ્જીય ભોગાન્ રુધિરપ્રદિગ્ધાન્.(૫)

ગુરુ અને પૂજ્યજનોના લોહીથી ખરડાયેલા હાથે મળેલ રાજ્યનો ઉપભોગ
કરવા કરતાં ભિક્ષા માંગી જીવન વીતાવવું મને બહેતર લાગે છે.
વળી એમને મારીને મને શું મળશે - ધન અને ભોગ-વૈભવ જ ને ? (૫)

ન ચૈતદ્વિદ્મઃ કતરન્નો ગરીયોયદ્વા જયેમ યદિ વા નો જયેયુઃ,
યાનેવ હત્વા ન જિજીવિષામ-સ્તેવસ્થિતાઃ પ્રમુખે ધાર્તરાષ્ટ્રાઃ.(૬)

મને તો એ પણ ખબર નથી પડતી કે -યુદ્ધ કરવું જોઈએ કે નહીં અને
એ પણ ખબર નથી કે એનું કેવું પરિણામ અમારે માટે યોગ્ય રહેશે -
અમારી જીત કે કૌરવોની.?
કારણ કે જેમને મારીને અમને જીવવાની ઈચ્છા જ ન રહે
એવા ધૃતરાષ્ટ્રના પુત્રો અમારી સાથે યુદ્ધ કરવા માટે તૈયાર ઊભા છે. (૬)

કાર્પણ્યદોષોપહતસ્વભાવઃપૃચ્છામિ ત્વાં ધર્મસંમૂઢચેતાઃ,
યચ્છ્રેયઃ સ્યાન્નિશ્ચિતં બ્રૂહિ તન્મેશિષ્યસ્તેહં શાધિ માં ત્વાં પ્રપન્નમ્.(૭)

મારું મન દ્વિધામાં છે અને આ સ્થિતિમાં મારો શું ધર્મ છે, મારે શું કરવું જોઈએ?
એ મારી સમજમાં નથી આવતું. એથી હે કેશવ,હું આપને પૂછું છું કે -મારે માટે
જે સર્વપ્રકારે યોગ્ય અને કલ્યાણકારક હોય એ માર્ગ મને બતાવો.
હું આપનો શિષ્ય છું અને આપની શરણમાં આવ્યો છું. (૭)

ન હિ પ્રપશ્યામિ મમાપનુધા-ધચ્છોકમુચ્છોષણમિન્દ્રિયાણામ્,
અવાપ્ય ભૂમાવસપત્નમૃદ્ધમ્ રાજ્યં સુરાણામપિ ચાધિપત્યમ્.(૮)

સુખ સમૃદ્ધિથી ભરેલ પૃથ્વી તો શું સ્વર્ગનું સામ્રાજ્ય પણ મને મળી જાય
તો પણ મારો શોક ટળે એમ નથી.(૮)

સંજય ઉવાચ
એવમુક્ત્વા હૃષીકેશં ગુડાકેશઃ પરન્તપ,
ન યોત્સ્ય ઇતિ ગોવિન્દમુક્ત્વા તૂષ્ણીં બભૂવ હ.(૯)

સંજય કહે છે- હે રાજન, શ્રીકૃષ્ણને અર્જુન 'હું યુદ્ધ નહીં કરું'
એવું સ્પષ્ટ કહી શાંત (ચૂપ) થયો. (૯)

તમુવાચ હૃષીકેશઃ પ્રહસન્નિવ ભારત,
સેનયોરુભયોર્મધ્યે વિષીદન્તમિદં વચઃ.(૧૦)

ત્યારે બંને સેનાની મધ્યમાં ગ્લાનિ અને વિષાદમાં ડૂબેલ અર્જુનને
સ્મિત કરતાં હૃષિકેશે આમ કહ્યું. (૧૦)

શ્રી ભગવાન ઉવાચ
અશોચ્યાનન્વશોચસ્ત્વં પ્રજ્ઞાવાદાંશ્ચ ભાષસે,
ગતાસૂનગતાસૂંશ્ચ નાનુશોચન્તિ પણ્ડિતાઃ.(૧૧)

શ્રી ભગવાન કહે છે-કે-
હે અર્જુન, તું જેનો શોક કરવો યોગ્ય નથી,તેનો શોક કરે છે,અને વિદ્વતાનાં
વચનો બોલે છે.પંડિતો જીવતાં હોય (જે હાજર કે હયાત છે) કે મૃત્યુ પામ્યા હોય
(જે ગયેલા છે) - એ બંને માટે આંસુ નથી વહાવતા.
જ્યારે તું તો એમને માટે શોક કરી રહ્યો છે જેઓ હજુ જીવે (હયાત) છે (૧૧)
(આ શ્લોક ગીતાનું બીજ છે-અહીંથી ગીતાના જ્ઞાનની શરૂઆત થાય છે)

ન ત્વેવાહં જાતુ નાસં ન ત્વં નેમે જનાધિપાઃ,
ન ચૈવ ન ભવિષ્યામઃ સર્વે વયમતઃ પરમ્.(૧૨)

અને વળી એવું થોડું છે કે-ભૂતકાળમાં, મારું, તારું કે આ યુદ્ધમાં શામેલ રાજાઓનું
કદી મૃત્યુ જ ન થયું હોય,અથવા ભવિષ્યમાં પણ કદી મૃત્યુ થવાનું જ ન હોય?(૧૨)

દેહિનોસ્મિન્યથા દેહે કૌમારં યૌવનં જરા,
તથા દેહાન્તરપ્રાપ્તિર્ધીરસ્તત્ર ન મુહ્યતિ.(૧૩)

જેવી રીતે મનુષ્ય નો દેહ (શરીર) બાળક બને છે, યુવાન બને છે અને અંતે
વૃદ્ધાવસ્થાને પામે છે,તેવી જ રીતે જીવનનો અંત આવ્યા પછી તેને બીજા શરીરની
પ્રાપ્તિ થાય છે.એથી બુદ્ધિમાન લોકો મોહિત થઈને શોક કરવા નથી બેસતા. (૧૩)

માત્રાસ્પર્શાસ્તુ કૌન્તેય શીતોષ્ણસુખદુઃખદાઃ,
આગમાપાયિનોનિત્યાસ્તાંસ્તિતિક્ષસ્વ ભારત.(૧૪)

હે કૌન્તેય, ટાઢ-તાપ કે સુખ-દુઃખનો અનુભવ કરવાવાળા ઇન્દ્રિયના પદાર્થો તો
ચલાયમાન અને અનિત્ય છે. તે કાયમ માટે રહેતા નથી.
એથી હે ભારત, એને સહન કરતા શીખ. (૧૪)

યં હિ ન વ્યથયન્ત્યેતે પુરુષં પુરુષર્ષભ,
સમદુઃખસુખં ધીરં સોમૃતત્વાય કલ્પતે.(૧૫)

જે ધીર પુરુષ એનાથી વ્યથિત નથી થતો તથા
સુખ અને દુઃખ બંનેમાં સમ રહે છે,તે મોક્ષનો અધિકારી થાય છે. (૧૫)

નાસતો વિદ્યતે ભાવો નાભાવો વિદ્યતે સતઃ,
ઉભયોરપિ દૃષ્ટોન્તસ્ત્વનયોસ્તત્ત્વદર્શિભિઃ.(૧૬)

અસત્ કદી અમર નથી રહેતું ,જ્યારે સતનો કદાપિ નાશ નથી થતો
તત્વદર્શીઓ એ આવો આનો નિર્ણય લીધેલો છે. (૧૬)

અવિનાશિ તુ તદ્વિધ્ધિ યેન સર્વમિદં તતમ્,
વિનાશમવ્યયસ્યાસ્ય ન કશ્ચિત્ કર્તુમર્હતિ.(૧૭)

જે સર્વત્ર વ્યાપક છે તે તત્વ તો અવિનાશી છે,
અને જે અવિનાશી હોય એનો નાશ કદાપિ થતો નથી. (૧૭)

અન્તવન્ત ઇમે દેહા નિત્યસ્યોક્તાઃ શરીરિણઃ,
અનાશિનોપ્રમેયસ્ય તસ્માદ્યુધ્યસ્વ ભારત.(૧૮)

આ દેહ તો ક્ષણભંગુર છે, વિનાશશીલ છે પરંતુ તેમાં રહેતો આત્મા અમર છે.

એનો ન તો અંત આવે છે, કે ન તેને કોઈ મારી શકે છે.
એથી હે ભારત, તું યુધ્ધ કર. (૧૮)

ય એનં વેત્તિ હન્તારં યશ્ચૈનં મન્યતે હતમ્,
ઉભૌ તૌ ન વિજાનીતો નાયં હન્તિ ન હન્યતે.(૧૯)

જે આત્માને વિનાશશીલ સમજે છે તથા તેને મારવા ઈચ્છે છે,
તે નથી જાણતા કે આત્મા ન તો કદી જન્મે છે કે ન તો કદી મરે છે. (૧૯)

ન જાયતે મ્રિયતે વા કદાચિ-ન્નાયં ભૂત્વા ભવિતા વા ન ભૂયઃ,
અજો નિત્યઃ શાશ્વતોયં પુરાણો ન હન્યતે હન્યમાને શરીરે.(૨૦)

આત્મા તો અજન્મા, અવિનાશી અને અમર છે.
શરીરનો નાશ ભલે થાય પરંતુ આત્માનો નાશ કદાપિ થતો નથી. (૨૦)

વેદાવિનાશિનં નિત્યં ય એનમજમવ્યયમ્,
કથં સ પુરુષઃ પાર્થ કં ઘાતયતિ હન્તિ કમ્.(૨૧)

હે પાર્થ, જે વ્યક્તિ આત્માને અવિનાશી, નિત્ય અને અજન્મા માને છે,
તે કોઈનો નાશ કેવી રીતે કરી શકવાનો છે ?
અને તે પોતે પણ કેવી રીતે મરી શકવાનો છે ? (૨૧)

વાસાંસિ જીર્ણાનિ યથા વિહાયનવાનિ ગૃહણાતિ નરોપરાણિ,
તથા શરીરાણિ વિહાય જીર્ણા-ન્યન્યાનિ સંયાતિ નવાનિ દેહી.(૨૨)

જેવી રીતે કોઈ વ્યક્તિ જૂનાં વસ્ત્ર ત્યજીને નવા વસ્ત્રોને ધારણ કરે છે,
તેવી જ રીતે જીવાત્મા એક શરીરને છોડીને બીજા શરીરને પ્રાપ્ત કરે છે. (૨૨)

નૈનં છિન્દન્તિ શસ્ત્રાણિ નૈનં દહતિ પાવકઃ,
ન ચૈનં ક્લેદયન્ત્યાપો ન શોષયતિ મારુતઃ.(૨૩)

આત્માને ન તો શસ્ત્ર છેદી શકે છે, ન અગ્નિ બાળી શકે છે,
ન પાણી ભીંજવી શકે છે કે ન તો પવન સૂકવી શકે છે. (૨૩)

અચ્છેદ્યોયમદાહ્યોયમક્લેદ્યોશોષ્ય એવ ચ,
નિત્યઃ સર્વગતઃ સ્થાણુરચલોયં સનાતનઃ.(૨૪)

આત્મા તો અછેદ્ય, અદાહ્ય, અશોષ્ય અને પલળે નહીં તેવો છે.
આત્મા તો નિત્ય છે, સર્વવ્યાપી છે, અંતહીન છે, શાશ્વત છે. (૨૪)

અવ્યક્તોયમચિન્ત્યોયમવિકાર્યોયમુચ્યતે,
તસ્માદેવં વિદિત્વૈનં નાનુશોચિતુમર્હસિ.(૨૫)

આત્મા ન તો સ્થૂળ આંખે જોઇ શકાય છે કે ન તો બુદ્ધિ વડે સમજી શકાય છે.
આત્મા અવિકારી છે, હંમેશ માટે એક સરખો રહેનાર છે.
એથી હે પાર્થ, તારે શોક કરવાની કોઇ આવશ્યકતા નથી.(૨૫)

અથ ચૈનં નિત્યજાતં નિત્યં વા મન્યસે મૃતમ્,
તથાપિ ત્વં મહાબાહો નૈવં શોચિતુમર્હસિ.(૨૬)

હે મહાબાહો, જો તું આત્માને વારેવારે જન્મ લેનાર અથવા મૃત્યુ પામનાર
માનતો હોય,તો પણ તારે માટે શોક કરવાનું કોઇ કારણ નથી (૨૬).

જાતસ્ય હિ ધ્રુવો મૃત્યુર્ધ્રુવં જન્મ મૃતસ્ય ચ,
તસ્માદપરિહાર્યેર્થે ન ત્વં શોચિતુમર્હસિ.(૨૭)

કારણ કે જેવી રીતે દરેક જન્મ લેનારનું મૃત્યુ નિશ્ચિત છે તેવી રીતે દરેક મરનારનું
ફરી જન્મવું પણ એટલું જ નિશ્ચિત છે. એ ક્રમમાં ફેરફાર કરવા માટે
તું અસમર્થ છે.એટલે તારે એ વિચારી શોક કરવાની જરૂર નથી. (૨૭)

અવ્યક્તાદીનિ ભૂતાનિ વ્યક્તમધ્યાનિ ભારત,
અવ્યક્તનિધનાન્યેવ તત્ર કા પરિદેવના.(૨૮)

હે અર્જુન, દરેક જીવાત્મા જન્મ પહેલાં અને મૃત્યુ પછી દેખાતો નથી.
આ તો વચ્ચેની અવસ્થામાં જ તું એને જોઇ શકે છે.
તો પછી એને માટે તું કેમ શોક કરે છે ? (૨૮)

આશ્ચર્યવત્પશ્યતિ કશ્ચિદેન-માશ્ચર્યવદ્વદતિ તથૈવ ચાન્યઃ,
આશ્ચર્યવચ્ચૈનમન્યઃ શ્રૃણોતિશ્રુત્વાપ્યેનં વેદ ન ચૈવ કશ્ચિત્.(૨૯)

કોઈ આત્માને અચરજથી જુએ છે, કોઇ અચરજથી એના વિશે વર્ણન કરે છે,પરંતુ
આત્મા વિશે સાંભળનાર અનેકોમાંથી કોઈક જ એને ખરેખર જાણી શકે છે. (૨૯)

દેહી નિત્યમવધ્યોયં દેહે સર્વસ્ય ભારત,
તસ્માત્સર્વાણિ ભૂતાનિ ન ત્વં શોચિતુમર્હસિ.(૩૦)

હે ભારત, આત્મા નિત્ય છે, અવિનાશી છે,
એથી તારે કોઇના મૃત્યુ પામવા પર શોક કરવાની જરૂરત નથી.(૩૦}

સ્વધર્મમપિ ચાવેક્ષ્ય ન વિકમ્પિતુમર્હસિ,
ધર્મ્યાદ્ધિ યુદ્ધાછ્રેયોન્યત્ક્ષત્રિયસ્ય ન વિધતે.(૩૧)

હે પાર્થ, તું તારા સ્વ-ધર્મ વિશે વિચાર. તું ક્ષત્રિય છે અને ન્યાય માટે લડાનાર
આ યુદ્ધમાં ભાગ લેવાથી મોટું તારે માટે કોઈ કર્તવ્ય નથી. (૩૧)

યદૃચ્છયા ચોપપન્નં સ્વર્ગદ્વારમપાવૃતમ્,
સુખિનઃ ક્ષત્રિયાઃ પાર્થ લભન્તે યુદ્ધમીદૃશમ્.(૩૨)

હે અર્જુન, સ્વર્ગના દ્વાર સમું આવું યુદ્ધ લડવાનું સૌભાગ્ય
કોઈ ભાગ્યવાન ક્ષત્રિયને જ મળે છે. (૩૨)

અથ ચૈત્ત્વમિમં ધર્મ્યં સંગ્રામં ન કરિષ્યસિ,
તતઃ સ્વધર્મં કીર્તિં ચ હિત્વા પાપમવાપ્સ્યસિ.(૩૩)

જો તું યુદ્ધ નહીં કરે તો તારા "સ્વધર્મનું" પાલન ન કરવાથી
અપકીર્તિ અને પાપનો ભાગીદાર થશે. (૩૩)

અકીર્તિં ચાપિ ભૂતાનિ કથયિષ્યન્તિ તેવ્યયામ્,
સંભાવિતસ્ય ચાકીર્તિર્મરણાદતિરિચ્યતે.(૩૪)

લોકો તારી બદનામી કરશે, તારી (અકીર્તિની) વાતો કરતા થાકશે નહીં.તારા
જેવા પ્રતિષ્ઠિત વ્યક્તિ માટે અપયશ મૃત્યુ કરતાં પણ બદતર સાબિત થશે. (૩૪)

ભયાદ્રણાદુપરતં મંસ્યન્તે ત્વાં મહારથાઃ,
યેષાં ચ ત્વં બહુમતો ભૂત્વા યાસ્યસિ લાઘવમ્.(૩૫)

આજે તારા સામર્થ્યની પ્રસંશા કરવાવાળા મહારથી યોદ્ધાઓ તને યુદ્ધમાંથી
ભાગી ગયેલો ગણશે અને એમની નજરમાંથી તું કાયમ માટે ઉતરી જઈશ.(૩૫)

અવાચ્યવાદાંશ્ચ બહૂન્ વદિષ્યન્તિ તવાહિતાઃ,
નિન્દન્તસ્તવ સામર્થ્યં તતો દુઃખતરં નુ કિમ્.(૩૬)

તારા પ્રતિસ્પર્ધીઓ તારી નિંદા કરશે અને તને ન કહેવાના કટુ વચનો કહેશે.
એથી અધિક દુઃખદાયી બીજું શું હોઈ શકે ? (૩૬)

હતો વા પ્રાપ્સ્યસિ સ્વર્ગં જિત્વા વા ભોક્ષ્યસે મહીમ્,
તસ્માદુત્તિષ્ઠ કૌન્તેય યુદ્ધાય કૃતનિશ્ચયઃ.(૩૭)

હવે જરા વિચાર કર કે જો તું યુદ્ધ કરશે તો તારું શું જવાનું છે ? જો તું યુદ્ધ કરતાં
મૃત્યુ પામીશ,તો તને સ્વર્ગ મળશે અને જો જીવતો રહીશ (અને વિજય પ્રાપ્ત કરીશ)
તો વિશાળ સામ્રાજ્યનો અધિકારી બનીશ.એથી હે કૌન્તેય,ઉઠ. (૩૭)

સુખદુઃખે સમે કૃત્વા લાભાલાભૌ જયાજયૌ,
તતો યુદ્ધાય યુજ્યસ્વ નૈવં પાપમવાપ્સ્યસિ.(૩૮)

સુખ-દુઃખ, લાભ-હાનિ, જય-પરાજય બધાને સમાન ગણી યુદ્ધ માટે તત્પર બન.
એમ કરવાથી તું પાપનો ભાગી નહીં થાય. (૩૮)

એષા તેભિહિતા સાંખ્યે બુધ્ધિર્યોગે ત્વિમાં શ્રૃણુ,
બુદ્ધ્યાયુક્તો યયા પાર્થ કર્મબન્ધં પ્રહાસ્યસિ.(૩૯)

મેં અત્યાર સુધી જે વાત કરી તે જ્ઞાનની દૃષ્ટિએ કરી. હવે કર્મની દૃષ્ટિએ પણ
તને સમજાવું જેથી તારા કર્મોના ફળને લઈને તને જો કોઈ ભય હોય
તો તેનાથી તું મુક્ત થઈ જાય. (૩૯)

નેહાભિક્રમનાશોસ્તિ પ્રત્યવાયો ન વિધતે,
સ્વલ્પમપ્યસ્ય ધર્મસ્ય ત્રાયતે મહતો ભયાત્.(૪૦)

કર્મયોગના હિસાબે કરેલું કોઈ પણ કર્મ વ્યર્થ નથી જતું.
આ ધર્મ નું થોડું પણ આચરણ મોટા ભય થી મનુષ્ય ને બચાવે છે. (૪૦)

વ્યવસાયાત્મિકા બુધ્ધિરેકેહ કુરુનન્દન,
બહુશાખા હ્યનન્તાશ્ચ બુધ્ધયોવ્યવસાયિનામ્.(૪૧)

જે કર્મયોગને અનુસરે છે એની બુધ્ધિ એક લક્ષ્ય પર સ્થિર રહે છે. જ્યારે યોગથી
વિહીન વ્યક્તિની બુધ્ધિ અનેક લક્ષ્યવાળી હોય છે (વિભાજીત હોય છે). (૪૧)

યામિમાં પુષ્પિતાં વાચં પ્રવદન્ત્યવિપશ્ચિતઃ,
વેદવાદરતાઃ પાર્થ નાન્યદસ્તીતિ વાદિનઃ.(૪૨)

કામાત્માનઃ સ્વર્ગપરા જન્મકર્મફલપ્રદામ્,
ક્રિયાવિશેષબહુલાં ભોગૈશ્વર્યગતિં પ્રતિ.(૪૩)

ભોગૈશ્વર્યપ્રસક્તાનાં તયાપહૃતચેતસામ્,
વ્યવસાયાત્મિકા બુધ્ધિઃ સમાધૌ ન વિધીયતે.(૪૪)

હે પાર્થ, એવા યોગહીન લોકો કેવળ વેદોના સંભાષણને (કર્મ-કાંડને) જ સર્વ
કાંઈ માને છે, (સ્વર્ગ અને સ્વર્ગનાં સુખો ને જ પ્રાપ્ત કરવા યોગ્ય વસ્તુ માને છે
અને બીજું કાંઇ ઉત્તમ નથી તેમ બોલે છે)
તેઓ દુન્યવી ઈચ્છાઓમાં (વાસનાઓમાં) ફસાયેલ હોય છે.એવા લોકો
જન્મ-મરણના ચક્રમાં ફર્યા કરે છે.ભોગ ઐશ્વર્યની ઈચ્છાથી જુદી જુદી જાતના
કર્મોમાં પ્રવૃત્ત થયેલ એવા લોકોની બુધ્ધિનું હરણ થયેલું હોય છે. એથી તેઓ
કર્મયોગમાં કુશળતા પામીને પ્રભુની (સમાધિદશાની) પ્રાપ્તિ કરી શકતા નથી.
(૪૨-૪૩-૪૪)

ત્રૈગુણ્યવિષયા વેદા નિસ્ત્રૈગુણ્યો ભવાર્જુન,
નિર્દ્વન્દ્વો નિત્યસત્ત્વસ્થો નિર્યોગક્ષેમ આત્મવાન્.(૪૫)

વેદમાં ત્રણ ગુણોનું વર્ણન કરેલું છે. હે અર્જુન, તારે એ ત્રણે ગુણોથી પર
ગુણાતીત થઈ બધા જ દ્વંદ્વોથી મુક્તિ મેળવવાની છે. એથી
તું (લડવાથી થતી) લાભ-હાનિની ચિંતા છોડ અને આત્મસ્થિત થા.(૪૫)

યાવાનર્થ ઉદપાને સર્વતઃ સંપ્લુતોદકે,
તાવાન્સર્વેષુ વેદેષુ બ્રાહ્મણસ્ય વિજાનતઃ.(૪૬)

જેવી રીતે સરોવરનું પાણી મળી જાય તેને કુવાના પાણીની જરૂરિયાત
રહેતી નથી તેવી જ રીતે જેણે બ્રહ્મનું જ્ઞાન મેળવી લીધું હોય
તેને પછી વેદનું અધ્યયન કરવાની જરૂરત રહેતી નથી. (૪૬)

કર્મણ્યેવાધિકારસ્તે મા ફલેષુ કદાચન,
મા કર્મફલહેતુર્ભૂર્મા તે સઙ્ગોસ્ત્વકર્મણિ.(૪૭)

(એક વાત બરાબર સમજી લે કે) તારો "અધિકાર" માત્ર કર્મ કરવાનો છે,
એનું કેવું ફળ મળે તેના પર નથી.(ફળ પર માત્ર પ્રભુ નો અધિકાર છે)
એથી ફળ મેળવવાની આશાથી કોઈ કર્મ ન કર.
જો તું ફળ મેળવવા માટે કર્મ કરીશ તો તને કર્મમાં આસક્તિ થશે. (૪૭)

યોગસ્થઃ કુરુ કર્માણિ સઙ્ગં ત્યક્ત્વા ધનઞ્જય,
સિદ્ધ્યસિદ્ધ્યોઃ સમો ભૂત્વા સમત્વં યોગ ઉચ્યતે.(૪૮)

એથી હે ધનંજય, કર્મની સફળતા કે નિષ્ફળતા -
બંનેમાં સમાન ચિત્ત રહીને તથા કર્મના ફળની આશાથી રહિત થઈને કર્મ કર.
આ રીતે કર્મ કરવાને -સમતા ને- જ યોગ કહેવામાં આવે છે. (૪૮)

દૂરેણ હ્યવરં કર્મ બુદ્ધિયોગાદ્ધનઞ્જય,
બુદ્ધૌ શરણમન્વિચ્છ કૃપણાઃ ફલહેતવઃ.(૪૯)

રીતે (ફલેચ્છાથી રહિત અને સમત્વ બુદ્ધિથી) કરાયેલ કર્મો,
ફલાશાથી કરાયેલ કર્મો કરતાં અતિ ઉત્તમ છે.
સમબુદ્ધિથી કર્મ કરવાવાળો વ્યક્તિ કર્મથી લેપાતો નથી (૪૯)

બુધ્દિયુક્તો જહાતીહ ઉભે સુકૃતદુષ્કૃતે,
તસ્માદ્યોગાય યુજ્યસ્વ યોગઃ કર્મસુ કૌશલમ્.(૫૦)

અને તે પાપ તથા પુણ્યથી પર થઈ જાય છે.
એથી તું સમત્વના આ યોગમાં કુશળતા મેળવ.
કર્મ માં કુશળતા એ જ યોગ છે, કર્મબંધનથી છૂટવાનો એ જ ઉપાય છે.(૫૦)

કર્મજં બુધ્દિયુક્તા હિ ફલં ત્યક્ત્વા મનીષિણઃ,
જન્મબન્ધવિનિર્મુક્તાઃ પદં ગચ્છન્ત્યનામયમ્.(૫૧)

જે વ્યક્તિ સમબુદ્ધિથી સંપન્ન થઈને કર્મફળનો ત્યાગ કરે છે તે
જન્મ-મરણના ચક્રથી છૂટી જઈને પરમપદની પ્રાપ્તિ કરે છે. (૫૧)

યદા તે મોહકલિલં બુદ્ધિર્વ્યતિતરિષ્યતિ,
તદા ગન્તાસિ નિર્વેદં શ્રોતવ્યસ્ય શ્રુતસ્ય ચ.(૫૨)

જ્યારે તારી બુદ્ધિ મોહરૂપી અંધકારથી ઉપર ઉઠશે ત્યારે આ લોક અને
પરલોકના બધા ભોગપદાર્થોથી તને વૈરાગ્ય પેદા થશે. (૫૨)

શ્રુતિવિપ્રતિપન્ના તે યદા સ્થાસ્યતિ નિશ્ચલા,
સમાધાવચલા બુધ્ધિસ્તદા યોગમવાપ્સ્યસિ.(૫૩)

અત્યારે વિવિધ ઉપદેશ સુણવાથી તારી મતિ ભ્રમિત થઈ છે.
જ્યારે તે પરમાત્મામાં સ્થિર થઈ જશે
ત્યારે તું પરમાત્માની સાથે સંયોગ (યોગ-સ્થિતિ) કરી શકશે.(૫૩)

અર્જુન ઉવાચ-
સ્થિતપ્રજ્ઞસ્ય કા ભાષા સમાધિસ્થસ્ય કેશવ,
સ્થિતધીઃ કિં પ્રભાષેત કિમાસીત વ્રજેત કિમ્.(૫૪)

અર્જુન કહે છે
હે કેશવ, જેમની બુધ્ધિ સમાધિમાં સ્થિર થઈ ચુકી છે એ પુરુષ કેવો હોય છે?
(એને કેવી રીતે ઓળખવો) એના કેવા લક્ષણો હોય છે ?
એ કેવી રીતે પોતાનો જીવનવ્યવહાર કરે છે ? (૫૪)

શ્રી ભગવાનુવાચ-
પ્રજહાતિ યદા કામાન્ સર્વાન્ પાર્થ મનોગતાન્,
આત્મન્યેવાત્મના તુષ્ટઃ સ્થિતપ્રજ્ઞસ્તદોચ્યતે.(૫૫)

ભગવાન કહે છે
હે પાર્થ,જ્યારે વ્યક્તિ પોતાના મનમાં ઉઠતી બધી જ <u>કામનાઓને ત્યાગી દે છે</u>
અને પોતાના આત્મામાં સ્થિતિ કરે છે ત્યારે તે <u>સ્થિતપ્રજ્ઞ</u> કહેવાય છે.(૫૫)

દુઃખેષ્વનુદ્વિગ્નમનાઃ સુખેષુ વિગતસ્પૃહઃ,
વીતરાગભયક્રોધઃ સ્થિતધીર્મુનિરુચ્યતે.(૫૬)

સ્થિતપ્રજ્ઞ પુરુષનું મન ન તો દુઃખમાં વિચલિત થાય છે કે
ન તો સુખની સ્પૃહા (ઈચ્છા-તૃષ્ણા) કરે છે.
એનું મન રાગ, ભય અને ક્રોધથી મુક્ત થયેલું હોય છે. (૫૬)

યઃ સર્વત્રાનભિસ્નેહસ્તત્તત્પ્રાપ્ય શુભાશુભમ્,
નાભિનન્દતિ ન દ્વેષ્ટિ તસ્ય પ્રજ્ઞા પ્રતિષ્ઠિતા.(૫૭)

સુખ કે દુઃખ - બંનેમાં તેની પ્રતિક્રિયા સમાન હોય છે.ગમતી-સારી વસ્તુ
મળવાથી તે ન તો પ્રસન્ન (સુખી) થાય છે કે-ન તો એના અભાવે
(વસ્તુ ના મળે તો) વિષાદગ્રસ્ત (દુઃખી). તેની બુદ્ધિ સ્થિર થયેલી હોય છે. (૫૭)

યદા સંહરતે ચાયં કુર્મોઙ્ગાનીવ સર્વશઃ,
ઇન્દ્રિયાણીન્દ્રિયાર્થેભ્યસ્તસ્ય પ્રજ્ઞા પ્રતિષ્ઠિતા.(૫૮)

જેવી રીતે કાચબો પોતાના અંગોને અંદરની તરફ સંકેલી લે છે
તેવી રીતે તે પોતાની ઈન્દ્રિયોને વિષયોમાંથી કાઢી આત્મામાં સ્થિર કરે છે.
ત્યારે તેની બુધ્દ્ધિ સ્થિર થાય છે. (૫૮)

વિષયા વિનિવર્તન્તે નિરાહારસ્ય દેહિનઃ,
રસવર્જં રસોપ્યસ્ય પરં દૃષ્ટ્વા નિવર્તતે.(૫૯)

જો વિષયોનો (ભોજન-વગેરેનો) ત્યાગ કેવળ બાહ્ય (બહાર નો ત્યાગ) હોય
તો એવા ત્યાગ કર્યા છતાં અંદરથી તેનો ઉપભોગ કરવાની ઇચ્છા યથાવત રહે છે.
પરંતુ પરમાત્માનો સાક્ષાત્કાર થયા પછી
એ પદાર્થોના ઉપભોગની ઇચ્છાનો પણ અંત આવે છે. (૫૯)

યતતો હ્યપિ કૌન્તેય પુરુષસ્ય વિપશ્ચિતઃ,
ઇન્દ્રિયાણિ પ્રમાથીનિ હરન્તિ પ્રસભં મનઃ.(૬૦)

હે કૌન્તેય, ઇન્દ્રિયો એટલી ચંચળ છે કે-સાવધાનીથી ઈન્દ્રિયોનો સંયમ કરી
અભ્યાસ કરનાર વિદ્વાન મનુષ્યના મન ને પણ (પરાણે)
ઈન્દ્રિયો હરી લે છે અને બળાત્કારે વિષયો તરફ ખેંચે છે. (૬૦)

તાનિ સર્વાણિ સંયમ્ય યુક્ત આસીત મત્પરઃ,
વશે હિ યસ્યેન્દ્રિયાણિ તસ્ય પ્રજ્ઞા પ્રતિષ્ઠિતા.(૬૧)

હે અર્જુન, એથી સાધકે પોતાની ઈન્દ્રિયોનો સંયમ કરી મારું (પરમાત્માનું)
ધ્યાન કરવું જોઈએ.એમ કરવાથી ઈન્દ્રિયો વશમાં રહેશે
અને મારામાં (પ્રભુમાં) મન-બુધ્દ્ધિને સ્થિર કરી શકશે. (૬૧)

ધ્યાયતો વિષયાન્પુંસઃ સઙ્ગસ્તેષૂપજાયતે,
સઙ્ગાત્ સંજાયતે કામઃ કામાત્ક્રોધોભિજાયતે.(૬૨)

વિષયોનું ચિંતન કરવાવાળા મનુષ્યનું મન એ પદાર્થોમાં આસક્ત થઈ જાય છે
અને એની જ કામના કર્યા કરે છે. (ભોગ-પદાર્થોની ઈચ્છા-કામના થઇ ને
કામનો જન્મ થાય છે) જ્યારે તે પદાર્થો નથી મળતા ત્યારે તે ક્રોધિત થઈ જાય છે.
(કામના-કામમાંથી ક્રોધનો જન્મ) (૬૨)

ક્રોધાદ્ભવતિ સંમોહઃ સંમોહાત્સ્મૃતિવિભ્રમઃ,
સ્મૃતિભ્રંશાદ્ બુધ્દ્ધિનાશો બુધ્દ્ધિનાશાત્પ્રણશ્યતિ.(૬૩)

ક્રોધ થવાથી એનું વિવેકભાન જતું રહે છે (ક્રોધ થી મૂર્ખતા નો જન્મ),
એને સારા-નરસાનું ભાન રહેતું નથી અને એને સ્મૃતિભ્રમ થાય છે.

(મૂર્ખતાથી સ્મૃતિનાશ થાય છે અને સ્મૃતિ નાશથી બુધ્દ્ધિ-નાશ થાય છે)
એવો ભ્રમિત ચિત્તવાળો(મન-વાળો) મનુષ્ય પોતાનો સર્વનાશ નોંતરે છે. (૬૩)

રાગદ્વેષવિયુક્તૈસ્તુ વિષયાનિન્દ્રિયૈશ્ચરન્,
આત્મવશ્યૈર્વિધેયાત્મા પ્રસાદમધિગચ્છતિ.(૬૪)

જ્યારે એથી ઉલટું, ઈન્દ્રિયોને રાગ અને દ્વેષથી મુક્ત કરી પોતાના વશમાં કરનાર મનુષ્યને અંતઃકરણની પ્રસન્નતા અને શાંતિની પ્રાપ્તિ થાય છે. (૬૪)

પ્રસાદે સર્વદુઃખાનાં હાનિરસ્યોપજાયતે,
પ્રસન્નચેતસો હ્યાશુ બુધ્દ્ધિઃ પર્યવતિષ્ઠતે.(૬૫)

એથી ન કેવળ એના બધા દુઃખોનો અંત આવે છે પરંતુ પ્રસન્નચિત થયેલા એવા પુરુષ ની બુધ્દ્ધિ,પરમાત્મામાં હંમેશ માટે સ્થિર બને છે.(૬૫)

નાસ્તિ બુધ્દ્ધિરયુક્તસ્ય ન ચાયુક્તસ્ય ભાવના,
ન ચાભાવયતઃ શાન્તિરશાન્તસ્ય કુતઃ સુખમ્.(૬૬)

જેની ઈન્દ્રિયો સંયમિત નથી એની બુધ્દ્ધિ સ્થિર રહી શકતી નથી અને એમ થવાથી એનામાં શાંતિ પેદા થતી નથી. એવો વ્યક્તિ શાંત કેવી રીતે બની શકે ? અને જે શાંત ન બને તેને વળી સુખ કેવી રીતે મળે ? (૬૬)

ઇન્દ્રિયાણાં હિ ચરતાં યન્મનોનુવિધીયતે,
તદસ્ય હરતિ પ્રજ્ઞાં વાયુર્નાવમિવામ્ભસિ.(૬૭)

જેવી રીતે નૌકાને હવા ખેંચી જાય છે એવી રીતે ભટકતી ઈન્દ્રિયો તેના મનને ખેંચી જાય છે.એની બુધ્દ્ધિનું હરણ કરી લે છે. (૬૭)

તસ્માધસ્ય મહાબાહો નિગૃહીતાનિ સર્વશઃ,
ઇન્દ્રિયાણીન્દ્રિયાર્થેભ્યસ્તસ્ય પ્રજ્ઞા પ્રતિષ્ઠિતા.(૬૮)

એથી હે મહાબાહો, જેની ઈન્દ્રિયો વિષયોમાંથી નિગ્રહ પામી છે, એમની જ બુધ્દ્ધિ સ્થિર રહે છે. (૬૮)

યા નિશા સર્વભૂતાનાં તસ્યાં જાગર્તિ સંયમી,
યસ્યાં જાગ્રતિ ભૂતાનિ સા નિશા પશ્યતો મુનેઃ.(૬૯)

સંસારના ભોગોપભોગો માટે સામાન્ય મનુષ્યો પ્રવૃત્તિ કરતા દેખાય છે ત્યારે મુનિ એ માટે તદ્દન નિષ્ક્રિય રહે છે. (અર્થાત્ જે લોકો માટે દિવસ છે તે એને માટે રાત્રિ - નિષ્ક્રિય રહેવાનો સમય છે).એવી જ રીતે જે લોકો માટે રાત્રિ છે તે મુનિ માટે દિવસ છે (અર્થાત્ જેને માટે સામાન્ય મનુષ્યો પ્રયત્ન નથી કરતા તે પરમાત્માની પ્રાપ્તિ માટે મુનિ રાત્રિએ પ્રયત્ન કરે છે).(૬૯)

આપૂર્યમાણમચલપ્રતિષ્ઠં સમુદ્રમાપઃ પ્રવિશન્તિ યદ્વત્,
તદ્વત્કામા યં પ્રવિશન્તિ સર્વેસ શાન્તિમાપ્નોતિ ન કામકામી.(૭૦)

જેવી રીતે સરિતાનું જળ સમુદ્રને અશાંત કર્યા સિવાય સમાઈ જાય છે
તેવી જ રીતે સ્થિતપ્રજ્ઞ પુરુષમાં ઉત્પન્ન થતી વૃત્તિઓ કોઈ વિકાર પેદા કર્યા વિના
શાંત થઈ જાય છે. (એને વૃત્તિઓ ચલિત નથી કરતી). એવો પુરુષ પરમ શાંતિને
પ્રાપ્ત કરે છે. નહીં કે સામાન્ય મનુષ્ય કે જે વૃતિઓ પાછળ ભાગતો ફરે છે.(૭૦)

વિહાય કામાન્યઃ સર્વાન્પુમાંશ્ચરતિ નિઃસ્પૃહઃ,
નિર્મમો નિરહંકારઃ સ શાંતિમધિગચ્છતિ.(૭૧)

એથી હે અર્જુન, બધી જ કામનાઓનો ત્યાગ કર. જે મનુષ્ય મમતા,અહંકાર અને
બધી જ ઈચ્છાઓથી મુક્ત થઈ જાય છે તે પરમ શાંતિને પામી લે છે.
હે અર્જુન, એવો મનુષ્ય બ્રહ્મમાં સ્થિતિ કરે છે. (૭૧)

એષા બ્રાહ્મી સ્થિતિઃ પાર્થ નૈનાં પ્રાપ્ય વિમુહ્યતિ,
સ્થિત્વાસ્યામન્તકાલેપિ બ્રહ્મનિર્વાણમૃચ્છતિ.(૭૨)

એવી બ્રાહ્મી સ્થિતિને પ્રાપ્ત કર્યા પછી એ સંસારના ભોગપદાર્થોથી કદી મોહિત
નથી થતો અને અંત સમયે ઉત્તમ ગતિને પ્રાપ્ત કરીને મુક્તિને પામે છે.(૭૨)

<u>અધ્યાય -૨- સાંખ્યયોગ- સમાપ્ત</u>

ટૂંકસાર-અધ્યાય-૨ -સાંખ્યયોગ

કૃષ્ણ કહે છે કે-જેનો શોક કરવા યોગ્ય નથી તેનો તુ શોક કરે છે.
અને વાતો બુધ્ધિમાનના જેવી બોલે છે.પણ જે જ્ઞાની છે તે મરેલા(ગયેલાઓનો)
કે જીવતા(નથી ગયા તેનો) નો શોક કરતા નથી (૧૧)

આમ કહી તેમણે આત્માનું -આત્માના અમરત્વ નું જ્ઞાન (સાંખ્ય,વેદાંત)
આપવાની શરૂઆત કરી.
હે અર્જુન તુ અજ્ઞાન ના ઘોર અંધકારમાંથી જાગ.તુ બધા શરીરોને જુએ છે-
કે જે જન્મે છે અને મરે છે.શરીર માં રહેલ આત્મા કદી ઉત્પન્ન થતો નથી કે મરતો
નથી.જેથી શરીર નો વધ થવાથી આત્મા નો નાશ નથી થતો.

આવું આત્મા નું અવિનાશી,નિત્ય ,અજન્મા,અને અવિકૃત રૂપ જે જાણી જાય છે
તે સમજી શકે છે કે...આત્મા ને કોઈ મારનાર નથી કે મરાવનાર નથી.
જેમ જુનાં વસ્ત્રો ઉતારી નવા વસ્ત્રો ધારણ કરાય છે તે પ્રમાણે આત્મા
એક દેહ નો ત્યાગ કરી અન્ય શરીર નો સ્વીકાર કરે છે (૨૦,૨૧,૨૨)

હવે કૃષ્ણ સ્વ-ધર્મ ની વાત કરે છે...
હે અર્જુન -તુ તારી ફરજ નિભાવ.એક ક્ષત્રિય તરીકે તારે તારી ફરજ કે -
જે યુધ્ધ- છે તે કરવું જોઇએ.કારણકે એક ક્ષત્રિય માટે --ધર્મ માટે યુધ્ધ કરવું -
તેના કરતા કશું એ વિશેષ નથી (૩૧)
જય-પરાજય,સુખ -દુઃખ,લાભ-હાનિ આ સર્વ ને સમાન ગણી
યુધ્ધ માટે તૈયાર થા એટલે તને કોઇ પાપ લાગશે નહી (૩૮)

આમ -જ્ઞાન અને -સ્વ-ધર્મ -ની વાત પછી
શ્રીકૃષ્ણ "કર્મના જ્ઞાન " ની વાતની વાત કરે છે.

હે અર્જુન તુ કર્મનો જ (સ્વ-ધર્મ રૂપી યુધ્ધ) અધિકારી છે,ફળ નો અધિકારી
બનીશ નહી,અને કર્મ ફળ ની ઈચ્છા પણ કરીશ નહી.અને કર્મ નથી કરવું
તેવો આગ્રહ પણ રાખીશ નહી (૪૭)

"હું કર્મ કરું છું"તેવા અભિમાન નો ત્યાગ અને ફળ ની ઈચ્છા નો પણ ત્યાગ કરીને
(અનાશક્ત થઈને) શરુ કરેલું કર્મ પાર પડે કે ના પડે તો પણ તેનો હર્ષ કે શોક
કરીશ નહી.સિધ્ધિ -અસીધ્ધિ માં સમતા થવી એને જ યોગ કહે છે (૪૮)

અનેક પ્રકારના સિધ્ધાંતો સાંભળીને ભ્રમ માં પડેલી બુધ્ધિ જયારે
સ્થિર થાય(સ્થિત-પ્રજ્ઞ) થાય ત્યારે સમતા રૂપી યોગ પ્રાપ્ત કરી શકીશ (૫૩)

કૃષ્ણ છેલ્લે સ્થિતપ્રજ્ઞ(સ્થિર બુધ્ધિ) ના લક્ષણો વર્ણવે છે.
જયારે મનુષ્ય મન માં રહેલી સર્વ કામના ઓ ત્યજી દે છે.
અને આત્મા વડે આત્મા માં જ સંતોષ પ્રાપ્ત કરે છે.
ત્યારે તે સ્થિત-પ્રજ્ઞ કહેવાય છે (૫૫)

દુઃખ માં મન ઉદ્વિગ્ન ના થાય અને સુખમાં નિસ્પૃહ(અનાશક્ત) રહે,
રાગ,ભય,ક્રોધ વગરનો હોય,સર્વત્ર સ્નેહ રાખતો હોય,અને
સર્વ ઇન્દ્રીઓને,ઇન્દ્રીઓના વિષય માં થી સમેટી લે
ત્યારે તે સ્થિતપ્રજ્ઞ કહેવાય છે (૫૬-થી-૫૮)

અધ્યાય -૩ - કર્મયોગ

અર્જુન ઉવાચ-
જ્યાયસી ચેત્કર્મણસ્તે મતા બુધ્દ્રિર્જનાર્દન,
તત્કિં કર્મણિ ઘોરે માં નિયોજયસિ કેશવ.(૧)

અર્જુન કહે છે,
હે જનાર્દન, જો તમે જ્ઞાનને કર્મ કરતાં વધુ શ્રેષ્ઠ માનતા હો તો
મને આ યુધ્દ્ કર્મમાં શા પ્રવૃત કરી રહ્યા છો? (૧)

વ્યામિશ્રેણેવ વાકયેન બુધ્દિં મોહયસીવ મે,
તદેકં વદ નિશ્ચિત્ય યેન શ્રેયોહમાપ્નુયામ્.(૨)

તમારા વચનોથી મારી બુધ્દ્રિ સંભ્રમિત (ભ્રમ વાળી) થઈ રહી છે.કૃપા કરીને
મને એ માર્ગ બતાવો જે નિશ્ચિત રીતે મારા માટે કલ્યાણકારક હોય.(૨)

શ્રી ભગવાનુવાચ-
લોકેસ્મિન્દ્રિવિધા નિષ્ઠા પુરા પ્રોક્તા મયાનઘ,
જ્ઞાનયોગેન સાંખ્યાનાં કર્મયોગેન યોગિનામ્.(૩)

શ્રી ભગવાન કહે છે,
હે નિષ્પાપ, આ જગમાં શ્રેયપ્રાપ્તિના બે જુદા જુદા માર્ગો -
જ્ઞાનયોગ અને કર્મયોગ મેં તને બતાવ્યા.(૩)

ન કર્મણામનારમ્ભાન્નૈષ્કર્મ્યં પુરુષોશ્નુતે,
ન ચ સંન્યસનાદેવ સિધ્દિં સમધિગચ્છતિ.(૪)

સાંખ્યયોગીઓને જ્ઞાનનો માર્ગ પસંદ પડે છે જ્યારે યોગીઓને કર્મનો માર્ગ.
નિષ્કર્મતા પ્રાપ્ત કરવા માટે પણ કર્મનું અનુષ્ઠાન તો કરવું જ પડે છે. (૪)

ન હિ કશ્ચિત્ક્ષણમપિ જાતુ તિષ્ઠત્યકર્મકૃત્,
કાર્યતે હ્યવશઃ કર્મ સર્વઃ પ્રકૃતિજૈર્ગુણૈઃ.(૫)

કેવળ કર્મોનો ત્યાગ કરવાથી કોઈ સિધ્દ્રિને પ્રાપ્ત કરી શકતું નથી.
કર્મ કર્યા વગર કોઈ દેહધારી ક્ષણ માટે પણ રહી શકતો નથી.કારણ કે
પ્રકૃતિના ગુણોથી વિવશ થઈને પ્રાણીમાત્ર કર્મ કરવા માટે પ્રવૃત થાય છે.(૫)

કર્મેન્દ્રિયાણિ સંયમ્ય ય આસ્તે મનસા સ્મરન્,
ઇન્દ્રિયાર્થાન્વિમૂઢાત્મા મિથ્યાચારઃ સ ઉચ્યતે.(૬)

જે મનુષ્ય બહારથી પોતાની ઈન્દ્રિયોનો બળપૂર્વક કાબુ કરે અને
મનની અંદર વિષયોનું સેવન કરે છે તે ઢોંગી છે. (૬)

યસ્ત્વિન્દ્રિયાણિ મનસા નિયમ્યારભતેર્જુન,
કર્મેન્દ્રિયૈઃ કર્મયોગમસક્તઃ સ વિશિષ્યતે.(૭)

મનથી પોતાની ઇન્દ્રિયોનો સંયમ સાધીને
જે ફલાશા વગર સહજ રીતે કર્મોનું અનુષ્ઠાન કરે છે તે ઉત્તમ છે. (૭)

નિયતં કુરુ કર્મ ત્વં કર્મ જ્યાયો હ્યકર્મણઃ,
શરીરયાત્રાપિ ચ તે ન પ્રસિદ્‌ધ્યેદકર્મણઃ.(૮)

તારે માટે જે પણ કર્મ શાસ્ત્રમાં બતાવવામાં આવ્યું છે તે તું કર
કારણ કે કર્મ ન કરવા (કર્મનો ત્યાગ કરવા) કરતાં
અનાસક્ત રહીને કર્મ કરવાનું શ્રેષ્ઠ કહેવાયું છે. (૮)

યજ્ઞાર્થાત્કર્મણોન્યત્ર લોકોયં કર્મબન્ધનઃ,
તદર્થં કર્મ કૌન્તેય મુક્તસંગઃ સમાચર.(૯)

જો તું કર્મ નહીં કરે તો તારો જીવનનિર્વાહ પણ કેવી રીતે થશે ? આસક્તિથી
કરેલ કર્મો માનવને કર્મબંધનથી બાંધે છે.
એથી હે અર્જુન, તું કર્મ કર, પરંતુ અનાસક્ત (અલિપ્ત) રહીને કર (૯)

સહયજ્ઞાઃ પ્રજાઃ સૃષ્ટ્વા પુરોવાચ પ્રજાપતિઃ,
અનેન પ્રસવિષ્યધ્વમેષ વોસ્ત્વિષ્ટકામધુક્.(૧૦)

બ્રહ્માએ સૃષ્ટિના આરંભમાં જ કહ્યું કે-'યજ્ઞ (કર્મ) કરતાં રહો અને વૃધ્ધિ
પામતા રહો. યજ્ઞ (કર્મ) તમારી ઈચ્છાઓની પૂર્તિનું સાધન બનો.' (૧૦)

દેવાન્ભાવયતાનેન તે દેવા ભાવયન્તુ વઃ,
પરસ્પરં ભાવયન્તઃ શ્રેયઃ પરમવાપ્સ્યથ.(૧૧)

યજ્ઞ કરતાં તમે દેવોને પ્રસન્ન રાખો અને દેવો તમને પ્રસન્ન રાખશે.
એમ એકમેકને સંતુષ્ઠ રાખતાં તમે પરમ કલ્યાણને પ્રાપ્ત કરશો. (૧૧)

ઇષ્ટાન્ભોગાન્હિ વો દેવા દાસ્યન્તે યજ્ઞભાવિતાઃ,
તૈર્દત્તાનપ્રદાયૈભ્યો યો ભુઙક્તે સ્તેન એવ સઃ.(૧૨)

યજ્ઞશિષ્ટાશિનઃ સન્તો મુચ્યન્તે સર્વકિલ્બિષૈઃ,
ભુઞ્જતે તે ત્વઘં પાપા યે પચન્ત્યાત્મકારણાત્.(૧૩)

યજ્ઞ (કર્મ) થી સંતુષ્ઠ દેવો તમને ઇચ્છિત ભોગો આપશે. એને યજ્ઞભાવથી
(દેવોને સમર્પિત કર્યા પછી) આરોગવાથી વ્યક્તિ સર્વ પાપથી વિમુક્ત થશે.
એ ભોગોનો ઉપભોગ જે એકલપેટા બનીને કરશે
તે પાપના ભાગી થશે અને ચોર ગણાશે. (૧૨-૧૩)

અન્નાદ્ભવન્તિ ભૂતાનિ પર્જન્યાદન્નસમ્ભવઃ,
યજ્ઞાદ્ભવતિ પર્જન્યો યજ્ઞઃ કર્મસમુદ્ભવઃ.(૧૪)

શરીર અન્નમય કોષ છે. બધા જીવો અન્નથી જ પેદા થાય છે અને અન્નથી જ પોષાય છે. અન્ન વરસાદ થવાથી ઉત્પન્ન થાય છે. વરસાદ યજ્ઞ કરવાથી થાય છે. યજ્ઞ કર્મથી થાય છે અને કર્મ વેદથી થાય છે. (૧૪)

કર્મ બ્રહ્મોદ્ભવં વિદ્ધિ બ્રહ્માક્ષરસમુદ્ભવમ્,
તસ્માત્સર્વગતં બ્રહ્મ નિત્યં યજ્ઞે પ્રતિષ્ઠિતમ્.(૧૫)

પરંતુ વેદ તો પરમાત્મા વડે ઉત્પન્ન કરાયેલ છે. એથી એમ કહી શકાય કે સર્વવ્યાપક પરમાત્મા જ યજ્ઞમાં પ્રતિષ્ઠિત થયેલા છે.
(યજ્ઞ વડે પરમાત્માની જ પૂજા કરાય છે)

એવં પ્રવર્તિતં ચક્રં નાનુવર્તયતીહ યઃ,
અઘાયુરિન્દ્રિયારામો મોઘં પાર્થ સ જીવતિ.(૧૬)

હે પાર્થ, જે વ્યક્તિ આ રીતે સૃષ્ટિચક્રને અનુસરીને નથી ચાલતો તે પોતાની ઇંદ્રિયોના ભોગમાં રમવાવાળો તથા વ્યર્થ જીવન જીવનાર ગણાય છે.(૧૬)

યસ્ત્વાત્મરતિરેવ સ્યાદાત્મતૃપ્તશ્ચ માનવઃ,
આત્મન્યેવ ચ સન્તુષ્ટસ્તસ્ય કાર્યં ન વિદ્યતે.(૧૭)

પરંતુ જે વ્યક્તિ આત્મસ્થિત અને આત્મતૃપ્ત છે,
પોતાના આત્મામાં જ સંતોષ માને છે,તેને કોઈ કર્મ કરવાનું રહેતું નથી.(૧૭)

નૈવ તસ્ય કૃતેનાર્થો નાકૃતેનેહ કશ્ચન,
ન ચાસ્ય સર્વભૂતેષુ કશ્ચિદર્થવ્યપાશ્રયઃ.(૧૮)

એવા મહાપુરુષને માટે કર્મ કરવાનું કે ન કરવાનું કશું પ્રયોજન રહેતું નથી. એને સર્વ જીવો સાથે કોઈ પ્રકારનો સ્વાર્થસંબંધ નથી રહેતો. (૧૮)

તસ્માદસક્તઃ સતતં કાર્યં કર્મ સમાચર,
અસક્તો હ્યાચરન્કર્મ પરમાપ્નોતિ પુરુષઃ(૧૯)

એથી હે પાર્થ, આસક્ત થયા વગર કર્મ કર. નિષ્કામ કર્મ કરનાર વ્યક્તિ પરમાત્માને પ્રાપ્ત કરી લે છે. (૧૯)

કર્મણૈવ હિ સંસિદ્ધિમાસ્થિતા જનકાદયઃ,
લોકસંગ્રહમેવાપિ સંપશ્યન્કર્તુમર્હસિ.(૨૦)

મહારાજા જનક જેવા નિષ્કામ કર્મનું આચરણ કરતા જ પરમ સિદ્ધિને પામ્યા છે. વળી તારે (અંગત સ્વાર્થ માટે નહીં કરવું હોય તો પણ)

લોકસંગ્રહાર્થે, સંસારના ભલા માટે (યુધ્દ્ધ) કર્મ કરવું જ રહ્યું.(૨૦)

યદ્યદાચરતિ શ્રેષ્ઠસ્તત્તદેવેતરો જનઃ,
સ યત્પ્રમાણં કુરુતે લોકસ્તદનુવર્તતે.(૨૧)

શ્રેષ્ઠ પુરુષો જેજે કરે છે એને અનુસરીને સાધારણ લોકો પોતાના કામ કરે છે.(૨૧)

ન મે પાર્થાસ્તિ કર્તવ્યં ત્રિષુ લોકેષુ કિઞ્ચન,
નાનવાપ્તમવાપ્તવ્યં વર્ત એવ ચ કર્મણી (૨૨)

એમ તો મારે પણ કર્મ કરવું આવશ્યક નથી. આ સંસારમાં એવું કંઈ મેળવવાનું
મારે માટે બાકી રહ્યું નથી છતાં પણ હું કર્મમાં પ્રવૃત્ત રહું છું. (૨૨)

યદિ હ્યહં ન વર્તેયં જાતુ કર્મણ્યતન્દ્રિતઃ,
મમ વર્ત્માનુવર્તન્તે મનુષ્યાઃ પાર્થ સર્વશઃ (૨૩)

ઉત્સીદેયુરિમે લોકા ન કુર્યાં કર્મ ચેદહમ્,
સઙ્કરસ્ય ચ કર્તા સ્યામુપહન્યામિમાઃ પ્રજાઃ (૨૪)

કારણ કે જો હું કર્મ કરવાનું છોડી દઉં તો મારું અનુસરણ કરીને બીજા લોકો
પણ કર્મ કરવાનું છોડી દે. અને એમ થાય તો તેઓ પોતાનો નાશ નોંતરે
અને હું એમના વિનાશનું કારણ બનું. (૨૩-૨૪)

સક્તાઃ કર્મણ્યવિદ્વાંસો યથા કુર્વન્તિ ભારત,
કુર્યાદ્વિદ્વાંસ્તથાસક્તશ્ચિકીર્ષુર્લોકસંગ્રહમ્.(૨૫)

હે અર્જુન, કર્મ કરવું અતિ આવશ્યક છે પરંતુ અજ્ઞાની લોકોની જેમ ફળની
આશાથી યુક્ત થઈને નહીં, પરંતુ જ્ઞાનીઓની પેઠે નિષ્કામ ભાવે,
ફળની આસક્તિથી રહિત થઈને.(૨૫)

ન બુધ્દ્ધિભેદં જનયેદજ્ઞાનાં કર્મસઙ્ગિનામ્,
જોષયેત્સર્વકર્માણિ વિદ્વાન્ યુક્તઃસમાચારન (૨૬)

જ્ઞાની પુરુષે પોતે તો સમતાનું આચરણ કરીને કર્મનું અનુષ્ઠાન કરવું જ રહ્યું પણ સાથે
સાથે જેઓ આસક્તિભાવથી કર્મ કરે છે એમનામાં અશ્રધ્દ્ધા પણ ઉત્પન્ન ન કરવી
જોઈએ. (૨૬)

પ્રકૃતેઃ ક્રિયમાણાનિ ગુણૈઃ કર્માણિ સર્વશઃ,
અહઙ્કારવિમૂઢાત્મા કર્તાહમિતિ મન્યતે.(૨૭)

સર્વ પ્રકારના કર્મો પ્રકૃતિના ગુણોથી પ્રેરાઈને થતાં હોય છે.
છતાં અહંકારથી વિમૂઢ થયેલ મનુષ્ય પોતાને એનો કર્તા માને છે. (૨૭)

તત્ત્વવિત્તુ મહાબાહો ગુણકર્મવિભાગયોઃ,
ગુણા ગુણેષુ વર્તન્ત ઇતિ મત્વા નસજ્જતે.(૨૮)

હે મહાબાહો, પ્રકૃતિના ગુણસ્વભાવને અને કર્મના વિભાગોને
યથાર્થ જાણનાર જ્ઞાની કર્મ માટે પ્રકૃતિના ગુણો જ કારણભૂત છે
એવું માનીને એમાં આસક્ત થતા નથી. (૨૮)

પ્રકૃતેર્ગુણસમ્મૂઢાઃ સજ્જન્તે ગુણકર્મસુ,
તાનકૃત્સ્નવિદો મન્દાન્કૃત્સ્નવિન્ન વિચાલયેત્.(૨૯)

તો સાથે સાથે જેઓ પ્રકૃતિના ગુણોથી મોહ પામીને કર્મને આસક્તિભાવે
કરે છે તેમને વિચલિત કરવાની કોશિશ કરતા નથી. (૨૯)

મયિ સર્વાણિ કર્માણિ સંન્યસ્યાધ્યાત્મચેતસા,
નિરાશીર્નિર્મમો ભૂત્વા યુધ્યસ્વ વિગતજ્વરઃ.(૩૦)

હે અર્જુન, મારામાં મનને સ્થિર કરી, આશા, તૃષ્ણા તથા શોકરહિત થઈને
અનાસક્ત ભાવે (યુધ્ધ) કર્મમાં પ્રવૃત થા.(૩૦)

યે મે મતમિદં નિત્યમનુતિષ્ઠન્તિ માનવાઃ,
શ્રધ્ધાવન્તોનસૂયન્તો મુચ્યન્તે તેપિ કર્મભિઃ.(૩૧)

યે ત્વેતદભ્યસૂયન્તો નાનુતિષ્ઠન્તિ મે મતમ્,
સર્વજ્ઞાનવિમૂઢાંસ્તાન્વિધ્ધિ નષ્ટાનચેતસઃ.(૩૨)

જે વ્યક્તિ દોષદૃષ્ટિથી મુક્ત થઈ મારામાં પૂર્ણ શ્રધ્ધા રાખી મારા વચનોને
અનુસરે છે,એ કર્મબંધનથી મુક્તિ મેળવે છે. પરંતુ જે મનુષ્ય દ્વેષબુધ્ધિથી
મારા કહેલ માર્ગનું અનુસરણ નથી કરતા
તેને તું વિમૂઢ, જ્ઞાનહીન તથા મૂર્ખ સમજજે. (૩૧-૩૨)

સદૃશં ચેષ્ટતે સ્વસ્યાઃ પ્રકૃતેર્જ્ઞાનવાનપિ,
પ્રકૃતિં યાન્તિ ભૂતાનિ નિગ્રહઃ કિં કરિષ્યતિ.(૩૩)

દરેક પ્રાણી પોતાની સ્વભાવગત પ્રકૃતિને વશ થઈને કર્મ કરે છે.
જ્ઞાની પણ એવી જ રીતે સ્વભાવને વશ થઈ કર્મો કરે છે.
એથી મિથ્યા સંયમ કરવાનો કોઈ અર્થ નથી.(૩૩)

ઇન્દ્રિયસ્યેન્દ્રિયસ્યાર્થે રાગદ્વેષૌ વ્યવસ્થિતૌ,
તયોર્ન વશમાગચ્છેત્તૌ હ્યસ્ય પરિપન્થિનૌ.(૩૪)

પ્રત્યેક ઇન્દ્રિયના વિષયોમાં રાગ અને દ્વેષ રહેલા છે. રાગ અને દ્વેષ
આત્મકલ્યાણના માર્ગમાં મહાન શત્રુઓ છે એટલે એને વશ ન થતો. (૩૪)

શ્રેયાન્સ્વધર્મો વિગુણઃ પરધર્માત્સ્વનુષ્ઠિતાત્,
સ્વધર્મે નિધનં શ્રેયઃ પરધર્મો ભયાવહઃ.(૩૫)

એટલું યાદ રાખજે કે પરધર્મ ગમે તેટલો સારો હોય પણ સ્વધર્મ કરતાં ઉત્તમ
કદાપિ નથી.એથી તું તારા સ્વધર્મનું (ક્ષત્રિયના ધર્મ) પાલન કરીને વીરગતિને
પ્રાપ્ત કરીશ તો એ પરધર્મ (સંન્યાસીના) કરતાં ઉત્તમ અને કલ્યાણકારક છે.(૩૫)

અર્જુન ઉવાચ-
અથ કેન પ્રયુક્તોયં પાપં ચરતિ પૂરુષઃ,
અનિચ્છન્નપિ વાર્ષ્ણેય બલાદિવ નિયોજિતઃ.(૩૬)

અર્જુન કહે છે-હે કૃષ્ણ, મનુષ્ય પોતે ઈચ્છતો ન હોવા છતાં
પાપકર્મ કરવા માટે કેમ પ્રવૃત્ત થાય છે ? (૩૬)

શ્રી ભગવાનુવાચ-
કામ એષ ક્રોધ એષ રજોગુણસમુદ્ભવઃ,
મહાશનો મહાપાપ્મા વિદ્ધ્યેનમિહ વૈરિણમ્.(૩૭)

શ્રી ભગવાન કહે છે,રજોગુણના પ્રભાવથી પેદા થનાર કામ તથા ક્રોધ જ
મહાવિનાશી, મહાપાપી તથા મોટામાં મોટા દુશ્મન છે.(૩૭)

ધૂમેનાવ્રિયતે વહ્નિર્યથાદર્શો મલેન ચ,
યથોલ્બેનાવૃતો ગર્ભસ્તથા તેનેદમાવૃતમ્.(૩૮)

જેમ ધુમાડો આગને, મેલ દર્પણને, ઓર ગર્ભને ઢાંકી દે છે
તેવી જ રીતે કામ તથા ક્રોધ વ્યક્તિના જ્ઞાન પર પડદો નાંખી દે છે. (૩૮)

આવૃતં જ્ઞાનમેતેન જ્ઞાનિનો નિત્યવૈરિણા,
કામરૂપેણ કૌન્તેય દુષ્પૂરેણાનલેન ચ.(૩૯)

એથી હે કૌન્તેય, અગ્નિ ના સમાન જેની કદી તૃપ્તિ થતી જ નથી
એવા કામ અને ક્રોધના આવેગો જ્ઞાનીના જ્ઞાન ને ઢાંકી દે છે,
જ્ઞાનીઓ ના તે સૌથી મોટા દુશ્મન છે. (૩૯)

ઇન્દ્રિયાણિ મનો બુધ્દ્ધિરસ્યાધિષ્ઠાનમુચ્યતે,
એતૈર્વિમોહયત્યેષ જ્ઞાનમાવૃત્ય દેહિનમ્.(૪૦)

મન,બુધ્ધિ અને ઈન્દ્રિય,એ કામનું નિવાસ સ્થાન છે,
આ કામ મન,બુધ્ધિ અને ઇન્દ્રિયોને પોતાના વશ કરી ને,
જ્ઞાન અને વિવેક ને ઢાંકીને મનુષ્ય ને ભટકાવી મુકે છે..(૪૦)

તસ્માત્ત્વમિન્દ્રિયાણ્યાદૌ નિયમ્ય ભરતર્ષભ,
પાપ્માનં પ્રજહિ હ્યેનં જ્ઞાનવિજ્ઞાનનાશનમ્.(૪૧)

એથી હે અર્જુન, સૌથી પ્રથમ તું ઈન્દ્રિયોને વશમાં કર અને
આ પાપમયી, જ્ઞાન અને વિવેક ને હણનાર કામનામાંથી નિવૃત્તિ મેળવ.(૪૧)

ઇન્દ્રિયાણિ પરાણ્યાહુરિન્દ્રિયેભ્યઃ પરં મનઃ,
મનસસ્તુ પરા બુધ્ધિર્યો બુધ્ધેઃ પરતસ્તુ સઃ.(૪૨)

મનુષ્ય દેહમાં ઈન્દ્રિયોને બળવાન કહેવામાં આવી છે. પરંતુ મન ઈન્દ્રિયોથી
બળવાન છે.બુધ્ધિ મનથી બળવાન છે અને આત્મા બુધ્ધિ કરતાં પણ શ્રેષ્ઠ છે (૪૨)

એવં બુધ્ધેઃ પરં બુદ્ધ્વા સંસ્તભ્યાત્માનમાત્મના,
જહિ શત્રું મહાબાહો કામરૂપં દુરાસદમ્.(૪૩)

એથી આત્મતત્વને સૌથી બળવાન માની,બુધ્ધિ વડે મન ને વશ કરી,
આ કામરૂપી દુર્જય શત્રુનો તું તરત નાશ કરી નાખ.(૪૩)

<u>અધ્યાય -૩ - કર્મયોગ- સમાપ્ત</u>

<u>ટૂંકસાર-અધ્યાય-૩-કર્મયોગ</u>

અર્જુન કહે છે –આપ જો જ્ઞાન ને કર્મ કરતાં કર્મ ને વધારે સારું માનો છો
તો મને આવા હિંસક કર્મ માં કેમ જોડો છો? આવું ગૂંચવણ ભર્યું બોલીને
મને મૂંઝવો છો.મને કોઇ એક નિશ્ચિત વાત કહો (૧-૨)

કૃષ્ણ કહે છે કે-<u>આ દુનિયામાં બે માર્ગો છે.-</u>
<u>વિચાર કરનારા ઓ (સાંખ્યો)માટે જ્ઞાન યોગ અને</u>
<u>કર્મ કરનારાઓ (યોગીઓ) માટે કર્મ યોગ</u> (૩)

કોઇ પણ મનુષ્ય એક ક્ષણ પણ કર્મ કર્યા વગર રહી શકતો નથી,પ્રકૃતિ
(સાત્વિક,રાજસિક,તામસિક)ના ગુણો ને પરવશ દરેક ને કર્મ કરવા પડે છે (૫)

અનાશક્ત ભાવથી અને નિષ્કામ બુધ્ધિથી સતત યોગ્ય કર્મ કરતાં રહી
શ્રેષ્ઠ પુરુષો જેવા કે-મહારાજા જનક- જ્ઞાની હોવા છતાં પણ પરમ પદ પામ્યા હતા.
શ્રેષ્ઠ પુરુષો જે જે કર્મો કરે તે લોકો માટે ઉદાહરણ બને છે.
અને તે જો કર્મો ના કરે તો લોકો તેનું અનુકરણ કરે,
અને સામાન્ય જીવન નિર્વાહ ની સમાજ વ્યવસ્થા વિખરાઈ જાય.
મારે આ ત્રણે લોક માં કશું મેળવવાનું નથી છતાં હું કર્મ કરું છું (૧૯-૨૪)

સર્વ પ્રકારના કર્મો પ્રકૃતિના ગુણો ના લીધે થાય છે.
પણ અહંકારી મનુષ્ય એમ માને છે કે 'સર્વ કર્મો હું જ કરું છું' (૨૭)

જયારે જ્ઞાની મનુષ્ય પ્રકૃતિના ગુણોના વિભાગો અને તેથી થતા કર્મો ને જાણી,
શાંત રહી–કર્મો કરીને પણ તેમાં આશક્ત થતો નથી (૨૮)

પ્રકૃતિ મુજબ કર્મો કરવાનો નિષેધ નથી
પણ કર્મો કરતાં કરતાં માનવી મળેલા ફળમાં આશક્ત (રાગ) થાય છે.
અને બીજાઓને પાસે કર્મ નું ફળ વધુ છે તેનો દ્રેષ કરતો થઇ જાય છે.
આ રાગ-દ્રેષ ને વશ ના થવું કારણકે તે અધ્યાત્મમાર્ગના વિઘ્નો છે..(૩૪)

પોતાની ફરજ સારી રીતે બજાવી કલ્યાણકારક
સ્વ-ધર્મ નું આચરણ કરવું જોઈએ.(૩૫)

રજોગુણ થી ઉત્પન્ન થનારો 'કામ'રૂપ અગ્નિ મનુષ્યનો નિત્ય નો વેરી છે.
તે જ્ઞાનીનું વિવેકજ્ઞાન ઢાંકી દે છે..(૩૭-૩૯)

ઇન્દ્રિયો ,મન અને બુધ્દ્ધિ આ કામ ના આશ્રય સ્થાન છે.અને શરીરધારી
માનવી ને 'મોહ' માં નાખે છે.જેથી તેનો ત્યાગ આવશ્યક છે..(૪૦-૪૧)

શરીરથી ઇન્દ્રિયો પર છે.
ઇન્દ્રિયોથી મન પર છે.મનથી બુધ્દ્ધિ પર છે.
અને બુધ્દ્ધિ થી પર 'આત્મા' છે.(૪૨)

માટે આ આત્માને બુધ્દ્ધિ થી જાણી,બુધ્દ્ધિ થી મનને વશ કરી,
ઇન્દ્રિયોના 'વિષય'-'કામ'રૂપી શત્રુનો તરત જ નાશ કર (૪૩)

અધ્યાય-૪--જ્ઞાનકર્મસન્યાસયોગ

શ્રી ભગવાનુવાચ-
ઇમં વિવસ્વતે યોગં પ્રોક્તવાનહમવ્યયમ્,
વિવસ્વાન્ મનવેપ્રાહમનુરિક્ષ્વાકવેબ્રવીત્.(૧)

એવં પરમ્પરાપ્રાપ્તમિમં રાજર્ષયો વિદુઃ,
સ કા નેહ મહતા યોગો નષ્ટઃ પરન્તપ.(૨)

સ એવાયં મયા તેદ્ય યોગઃ પ્રોક્તઃ પુરાતનઃ,
ભક્તોસિ મે સખા ચેતિ રહસ્યં હ્યેતદુત્તમમ્.(૩)

શ્રી ભગવાન કહે છે
મેં આ અવિનાશી યોગ સૌપ્રથમ સૂર્યને કહ્યો હતો. સૂર્યે એના પુત્ર મનુને કહ્યો
અને મનુએ એના પુત્ર ઈક્ષ્વાકુને કહ્યો. હે અર્જુન, આ રીતે પરંપરાથી ચાલ્યો
આવતો આ યોગ ઋષિઓએ જાણ્યો.પરંતુ કાળક્રમે એ યોગ નષ્ટ પામ્યો છે.
તું મારો પ્રિય ભક્ત અને મિત્ર છે એથી
આજે આ જ્ઞાનને મેં તારી આગળ પ્રકટ કર્યું.(૧-૨-૩)

<u>અર્જુન ઉવાચ-</u>
અપરં ભવતો જન્મ પરં જન્મ વિવસ્વતઃ,
કથમેતદ્વિજાનીયાં ત્વમાદૌ પ્રોક્તવાનિતિ.(૪)

અર્જુન કહે છે-હે કેશવ, તમારો જન્મ તો હમણાં થયો
જ્યારે સૂર્ય તો બહુ પહેલેથી વિદ્યમાન છે.તો મને સંશય થાય છે કે
તમે સૂર્યને આ યોગ સૃષ્ટિના આરંભમાં કેવી રીતે કહ્યો ? (૪)

શ્રી ભગવાનુવાચ-
બહૂનિ મે વ્યતીતાનિ જન્માનિ તવ ચાર્જુન,
તાન્યહં વેદ સર્વાણિ ન ત્વં વેત્થ પરન્તપ.(૫)

શ્રી ભગવાન કહે છે-હે અર્જુન, તારા અને મારા અનેક જન્મ થઈ ચુક્યા છે.
પરંતુ ફરક એટલો છે કે મને એ બધા યાદ છે અને તેને એ યાદ નથી રહ્યા.(૫)

અજોપિ સન્નવ્યયાત્મા ભૂતાનામીશ્વરોપિ સન્,
પ્રકૃતિં સ્વામધિષ્ઠાય સંભવામ્યાત્મમાયયા.(૬)

હું અજન્મા અને અવિનાશી છું. સર્વ ભૂતોનો ઈશ્વર છું.
છતાં પ્રકૃતિનો આધાર લઈને પ્રકટ થાઉં છું. (૬)

યદા યદા હિ ધર્મસ્ય ગ્લાનિર્ભવતિ ભારત,
અભ્યુત્થાનમધર્મસ્ય તદાત્માનં સૃજામ્યહમ્.(૭)

પરિત્રાણાય સાધૂનાં વિનાશાય ચ દુષ્કૃતામ્,
ધર્મસંસ્થાપનાર્થાય સંભવામિ યુગે.(૮)

હે ભારત, જ્યારે જ્યારે ધર્મનો નાશ થઈ જાય છે અને અધર્મનો વ્યાપ વધે છે ત્યારે હું અવતાર ધારણ કરું છું. સાધુપુરુષોનું રક્ષણ, દુષ્કર્મીઓનો વિનાશ તથા ધર્મની સંસ્થાપનાના હેતુ માટે યુગે યુગે હું પ્રકટ થાઉં છું.(૭-૮)

જન્મ કર્મ ચ મે દિવ્યમેવં યો વેત્તિ તત્ત્વતઃ,
ત્યક્ત્વા દેહં પુનર્જન્મ નૈતિ મામેતિ સોર્જુન.(૯)

મારા જન્મ અને કર્મ દિવ્ય તથા અલૌકિક છે. જે મનુષ્ય એનો પાર પામી જાય છે એ મૃત્યુ પછી મને પામે છે. એ જન્મ-મરણના ચક્રમાં નથી ફસાતો. (૯)

વીતરાગભયક્રોધા મન્મયા મામુપાશ્રિતાઃ,
બહવો જ્ઞાનતપસા પૂતા મદ્‌ભાવમાગતાઃ.(૧૦)

જેના રાગ, દ્વેષ, ભય તથા ક્રોધનો નાશ થયો છે અને
જે અનન્યભાવથી મારું ચિંતન કરે છે
તે જીવાત્મા તપ અને જ્ઞાનથી પવિત્ર થઈને મારી પાસે પહોંચે છે.(૧૦)

યે યથા માં પ્રપધન્તે તાંસ્તથૈવ ભજામ્યહમ્,
મમ વર્ત્માનુવર્તન્તે મનુષ્યાઃ પાર્થ સર્વશઃ.(૧૧)

હે અર્જુન, જે ભક્ત મારું જે પ્રમાણે ચિંતન કરે છે તેને હું તેવી રીતે મળું છું. શ્રેયના જુદા જુદા માર્ગોથી મનુષ્ય મારી પાસે જ આવે છે. (૧૧)

કાઙ્ક્ષન્તઃ કર્મણાં સિદ્ધિં યજન્ત ઇહ દેવતાઃ,
ક્ષિપ્રં હિ માનુષે લોકે સિદ્ધિર્ભવતિ કર્મજા.(૧૨)

આ લોકમાં કર્મફળની કામના રાખનાર દેવોનું પૂજન કરે છે
કારણ કે એમ કરવાથી કર્મફળની સિદ્ધિ શીઘ્ર થાય છે. (૧૨)

ચાતુર્વર્ણ્યં મયા સૃષ્ટં ગુણકર્મવિભાગશઃ,
તસ્ય કર્તારમપિ માં વિદ્ધ્યકર્તારમવ્યયમ્.(૧૩)

વર્ણોની રચના (બ્રાહ્મણ, ક્ષત્રિય, વૈશ્ય અને શુદ્ર) કર્મ તથા ગુણના આધાર પર મેં જ કરેલી છે. એ કર્મોનો હું જ કર્તા છું છતાં મને તું અકર્તા જાણ. (૧૩)

ન માં કર્માણિ લિમ્પન્તિ ન મે કર્મફલે સ્પૃહા,
ઇતિ માં યોભિજાનાતિ કર્મભિર્ન સ બધ્યતે.(૧૪)

એ કર્મો મને બાધ્ય કરતા નથી. કેમ કે મને કર્મફળની કોઈ ઈચ્છા નથી. જે મારા રહસ્યને આ પ્રકારે જાણી લે છે તે કર્મના બંધનોથી મુક્ત થઈ જાય છે. (૧૪)

એવં જ્ઞાત્વા કૃતં કર્મ પૂર્વૈરપિ મુમુક્ષુભિઃ,
કુરુ કર્મૈવ તસ્માત્ત્વં પૂર્વૈઃ પૂર્વતરં કૃતમ્.(૧૫)

પહેલાંના સમયમાં મુમુક્ષુઓ આ પ્રમાણે કર્મ કરતા હતા.
એથી હે અર્જુન,તું પણ એમની માફક કર્મનું અનુષ્ઠાન કર.(૧૫)

કિં કર્મ કિમકર્મેતિ કવયોપ્યત્ર મોહિતાઃ,
તત્તે કર્મ પ્રવક્ષ્યામિ યજ્જ્ઞાત્વા મોક્ષ્યસેશુભાત્.(૧૬)

કર્મ કોને કહેવાય અને અકર્મ કોને કહેવાય તે નક્કી કરવામાં મોટા મોટા
વિદ્વાનો પણ ગોથું ખાઈ જાય છે. હું તને કર્મ વિશે સમજાવું જેથી તું કર્મબંધન
અને (યુધ્દભૂમિમાં અત્યારે તને થયેલ) ક્લેશમાંથી મુક્ત થશે.(૧૬)

કર્મણો હ્યપિ બોધ્દવ્યં બોધ્દવ્યં ચ વિકર્મણઃ,
અકર્મણશ્ચ બોધ્દવ્યં ગહના કર્મણો ગતિઃ.(૧૭)

કર્મ, અકર્મ અને વિકર્મ - એ ત્રણેય વિશે જાણવું જરૂરી છે
કારણ કે કર્મની ગતિ અતિશય ગહન છે. (૧૭)

કર્મણ્યકર્મ યઃ પશ્યેદકર્મણિ ચ કર્મ યઃ,
સ બુધ્દિમાન્ મનુષ્યેષુ સ યુક્તઃ કૃત્સ્નકર્મકૃત્.(૧૮)

જે મનુષ્ય કર્મમાં અકર્મને જુએ છે તથા અકર્મમાં કર્મનું દર્શન કરે છે
તે બુધ્દિમાન છે.એ જ્ઞાનથી પંડિત થઈને તે પોતાના સર્વ કાર્યો કરે છે. (૧૮)

યસ્ય સર્વે સમારમ્ભાઃ કામસઙ્કલ્પવર્જિતાઃ,
જ્ઞાનાગ્નિદગ્ધકર્માણં તમાહુઃ પણ્ડિતં બુધાઃ.(૧૯)

જેના વડે આરંભાયેલા સર્વ કાર્યો કામનાથી મુક્ત છે તથા
જેના બધા કર્મો યજ્ઞરૂપી અગ્નિમાં બળીને ભસ્મ થઈ ગયા છે,
તેને જ્ઞાનીઓ પંડિત કહે છે.(૧૯)

ત્યક્ત્વા કર્મફલાસઙ્ગં નિત્યતૃપ્તો નિરાશ્રયઃ,
કર્મણ્યભિપ્રવૃત્તોપિ નૈવ કિઞ્ચિત્કરોતિ સઃ.(૨૦)

જે પુરુષ કર્મફળની આસક્તિનો સંપૂર્ણ ત્યાગ કરીને પરમ તૃપ્ત
અને આશ્રયની આકાંક્ષાથી રહિત હોય છે
તે કર્મમાં જોડાયેલો હોવા છતાં એનાથી લેપાયેલો નથી.(૨૦)

નિરાશીર્યતચિત્તાત્મા ત્યક્તસર્વપરિગ્રહઃ,
શારીરં કેવલં કર્મ કુર્વન્નાપ્નોતિ કિલ્બિષમ્.(૨૧)

જે તૃષ્ણારહિત થઈને, પોતાના મન અને ઈન્દ્રિયોનો કાબૂ કરી
કેવળ શરીરનિર્વાહને માટે જ કર્મો કરે છે તે પાપથી લેપાતો નથી. (૨૧)

યદૃચ્છાલાભસન્તુષ્ટો દ્વન્દ્વાતીતો વિમત્સરઃ,
સમઃ સિદ્ધાવસિદ્ધૌ ચ કૃત્વાપિ ન નિબધ્યતે.(૨૨)

કોઈ ઈચ્છા કર્યા વગર સહજ રીતે જે મળે તેમાં સંતુષ્ઠ રહેનાર, ઈર્ષાથી પર,
સુખદુઃખાદિ દ્વંદ્વોથી મુક્ત,તથા વિજય કે હાનિમાં સમતા રાખનાર મનુષ્ય
કર્મ કરવા છતાં તેમાં બંધાતો નથી. (૨૨)

ગતસઙ્ગસ્ય મુક્તસ્ય જ્ઞાનાવસ્થિતચેતસઃ,
યજ્ઞાયાચરતઃ કર્મ સમગ્રં પ્રવિલીયતે.(૨૩)

જે **અનાસક્ત** રહીને પરમાત્માનું ચિંતન કરતાં યજ્ઞભાવથી બધા કર્મો કરે છે,
તેના બધા જ કર્મો નાશ પામે છે.(૨૩)

બ્રહ્માર્પણં બ્રહ્મહવિર્બ્રહ્માગ્નૌ બ્રહ્મણા હુતમ્,
બ્રહ્મૈવ તેન ગન્તવ્યં બ્રહ્મકર્મસમાધિના.(૨૪)

કેમ કે યજ્ઞમાં અર્પણ કરાતી વસ્તુ બ્રહ્મ છે, અર્પણ કરવાનું સાધન બ્રહ્મ છે,
જેને એ અર્પણ કરવામાં આવે છે તે બ્રહ્મ છે તથા
જે અર્પણ કરનાર છે તે પણ બ્રહ્મ છે. જે આ રીતે કર્મ કરતી વખતે
બ્રહ્મમાં સ્થિત હોય તે યોગી બ્રહ્મને પ્રાપ્ત કરી લે છે. (૨૪)

દૈવમેવાપરે યજ્ઞં યોગિનઃ પર્યુપાસતે,
બ્રહ્માગ્નાવપરે યજ્ઞં યજ્ઞેનૈવોપજુહ્વતિ.(૨૫)

કેટલાક યોગીઓ યજ્ઞ વડે દેવતાઓને પૂજે છે, જ્યારે કેટલાક જ્ઞાનીઓ,
(જ્ઞાનરૂપી યજ્ઞમાં)બ્રહ્માગ્નિના અગ્નિમાં પોતાના આત્માની આહૂતિ આપે છે(૨૫)

શ્રોત્રાદીનીન્દ્રિયાણ્યન્યે સંયમાગ્નિષુ જુહ્વતિ,
શબ્દાદીન્વિષયાનન્ય ઇન્દ્રિયાગ્નિષુ જુહ્વતિ.(૨૬)

કેટલાક પોતાની શ્રવણેન્દ્રિને સંયમના અગ્નિમાં હોમે છે,
કેટલાક શબ્દાદિ વિષયોને ઈન્દ્રિયરૂપી અગ્નિમાં હોમે છે, (૨૬)

સર્વાણીન્દ્રિયકર્માણિ પ્રાણકર્માણિ ચાપરે,
આત્મસંયમયોગાગ્નૌ જુહ્વતિ જ્ઞાનદીપિતે.(૨૭)

તો વળી કેટલાક ઈન્દ્રિયો તથા પ્રાણની સમસ્ત ક્રિયાઓને
આત્મસંયમરૂપી યોગાગ્નિમાં હોમે છે. (૨૭)

દ્રવ્યયજ્ઞાસ્તપોયજ્ઞા યોગયજ્ઞાસ્તથાપરે,
સ્વાધ્યાયજ્ઞાનયજ્ઞાશ્ચ યતયઃ સંશિતવ્રતાઃ.(૨૮)

કોઈ આ રીતે દ્રવ્યયજ્ઞ કરે છે, કોઈ તપ યજ્ઞ કરે છે, કોઈ કર્મ દ્વારા યજ્ઞ કરે છે
તો કોઈ નિયમવ્રતોનું પાલન કરીને સ્વાધ્યાય દ્વારા જ્ઞાનયજ્ઞ કરે છે. (૨૮)

અપાને જુહ્વતિ પ્રાણ પ્રાણેપાનં તથાપરે,
પ્રાણાપાનગતી રુદ્ધ્વા પ્રાણાયામપરાયણાઃ.(૨૯)

કેટલાક યોગીજન અપાનવાયુમાં પ્રાણને હોમે છે
જ્યારે કેટલાક પ્રાણમાં અપાનવાયુને હોમે છે.
કેટલાક પ્રાણ અને અપાનની ગતિને કાબૂમાં કરી પ્રાણાયામ કરે છે. (૨૯)

અપરે નિયતાહારાઃ પ્રાણાન્પ્રાણેષુ જુહ્વતિ,
વેંપ્યેતે યજ્ઞવિદો યજ્ઞક્ષપિતકલ્મષાઃ.(૩૦)

કેટલાક આહાર પર કાબૂ કરી પોતાના બધા જ પ્રાણને પ્રાણમાં હોમે છે.
આ રીતે સાધક પોતપોતાની રીતે પાપોનો નાશ કરવા યજ્ઞનું અનુષ્ઠાન કરે છે.(૩૦)

યજ્ઞશિષ્ટામૃતભુજો યાન્તિ બ્રહ્મ સનાતનમ્,
નાયં લોકોસ્ત્યયજ્ઞસ્ય કુતો઼ન્યઃ કુરુસત્તમ.(૩૧)

હે અર્જુન, યજ્ઞશિષ્ઠ અન્ન ખાનારને સનાતન બ્રહ્મની પ્રાપ્તિ થાય છે.
જે એ પ્રમાણે યજ્ઞનું અનુષ્ઠાન નથી કરતા તેમને માટે આ મૃત્યુલોક
સુખકારક નથી થતો. તો પછી પરલોક તો સુખદાયી ક્યાંથી થાય ? (૩૧)

એવં બહુવિધા યજ્ઞા વિતતા બ્રહ્મણો મુખે,
કર્મજાન્વિદ્ધિ તાન્સર્વાનેવં જ્ઞાત્વા વિમોક્ષ્યસે.(૩૨)

વેદમાં બ્રહ્મા દ્વારા આવા અનેક યજ્ઞોનું વર્ણન કરવામાં આવ્યું છે.
આ સર્વે યજ્ઞો મન, ઈન્દ્રિય અને શરીર દ્વારા ફળની ઈચ્છાથી કરવામાં આવે છે.
એ પ્રમાણે જાણવાથી તું કર્મબંધનથી મુક્ત થઈશ. (૩૨)

શ્રેયાન્દ્રવ્યમયાધજ્ઞાજ્જ્ઞાનયજ્ઞઃ પરન્તપ,
સર્વં કર્માખિલં પાર્થ જ્ઞાને પરિસમાપ્યતે.(૩૩)

હે અર્જુન, દ્રવ્યયજ્ઞની તુલનામાં જ્ઞાનયજ્ઞ શ્રેષ્ઠ છે.
કેમ કે પૂર્ણ જ્ઞાનમાં બધા જ કર્મો સમાઈ જાય છે. (૩૩)

તદ્વિદ્ધિ પ્રણિપાતેન પરિપ્રશ્નેન સેવયા,
ઉપદેક્ષ્યન્તિ તે જ્ઞાનં જ્ઞાનિનસ્તત્ત્વદર્શિનઃ.(૩૪)

આ સત્યને બરાબર જાણી ચુકેલ જ્ઞાની પુરુષને તું પ્રણામ કરી,
વાર્તાલાપ દ્વારા કે સેવાથી પ્રસન્ન કર.તે તને જ્ઞાન પ્રદાન કરશે. (૩૪)

યજ્જ્ઞાત્વા ન પુનર્મોહમેવં યાસ્યસિ પાણ્ડવ,
યેન ભૂતાન્યશેષેણ દ્રક્ષ્યસ્યાત્મન્યથો મયિ.(૩૫)

હે પાંડવ, આ રીતે જ્ઞાન પામ્યા પછી તને મોહ નહીં થાય અને
તું તારા પોતામાં તથા અન્ય જીવોમાં મને (પરમાત્માને) નિહાળી શકીશ.(૩૫)

અપિ ચેદસિ પાપેભ્યઃ સર્વેભ્યઃ પાપકૃત્તમઃ,
સર્વં જ્ઞાનપ્લવેનૈવ વૃજિનં સન્તરિષ્યસિ.(૩૬)

જો તું અધમાધમ પાપી હોઈશ તો પણ
જ્ઞાન રૂપી નાવમાં બેસીને પાપના સમુદ્રને પાર કરી જઈશ.(૩૬)

યથૈધાંસિ સમિધ્દ્ધોગ્નિર્ભસ્મસાત્કુરુતેર્જુન,
જ્ઞાનાગ્નિઃ સર્વકર્માણિ ભસ્મસાત્કુરુતે તથા.(૩૭)

જેવી રીતે પ્રજ્વલિત થયેલ અગ્નિ કાષ્ઠને બાળી નાખે છે તેવી રીતે
જ્ઞાનનો અગ્નિ બધા કર્મોને ભસ્મ કરી નાખે છે. (૩૭)

ન હિ જ્ઞાનેન સદૃશં પવિત્રમિહ વિદ્યતે,
તત્સ્વયં યોગસંસિધ્દ્ધઃ કાલેનાત્મનિ વિન્દતિ.(૩૮)

જ્ઞાનથી અધિક પવિત્ર આ સંસારમાં બીજું કશું જ નથી.
યોગમાં સિધ્ધ થયેલ પુરુષ આ જ્ઞાનને પ્રાપ્ત કરે છે.(૩૮)

શ્રધ્દ્ધાવાલ્લભતે જ્ઞાનં તત્પરઃ સંયતેન્દ્રિયઃ,
જ્ઞાનં લબ્ધ્વા પરાં શાન્તિમચિરેણાધિગચ્છતિ.(૩૯)

શ્રધ્ધાવાન અને જિતેન્દ્રિય મનુષ્ય જ્ઞાન (સત્ય-પરમ-જ્ઞાન) ને પ્રાપ્ત કરે છે.
અને આ જ્ઞાન થી તે તરત જ શાંતિ પ્રાપ્ત કરે છે.(૩૯)

અજ્ઞશ્ચાશ્રદ્દધાનશ્ચ સંશયાત્મા વિનશ્યતિ,
નાયં લોકોસ્તિ ન પરો ન સુખં સંશયાત્મનઃ.(૪૦)

જ્યારે આત્મજ્ઞાન વિનાનો, શ્રધ્ધાહીન તથા સંશયી મનુષ્ય
એ જ્ઞાન મેળવી શકતો નથી અને વિનાશ પામે છે.
તેવા મનુષ્યને આ લોક કે પરલોકમાં ક્યાંય સુખ મળતું નથી.(૪૦)

યોગસંન્યસ્તકર્માણં જ્ઞાનસંછિન્નસંશયમ્,
આત્મવન્તં ન કર્માણિ નિબધ્નન્તિ ધનઞ્જય.(૪૧)

હે ધનંજય, જેણે યોગ દ્વારા પોતાના સમસ્ત કર્મોનો ત્યાગ કર્યો છે
અને જ્ઞાન વડે જેણે પોતાના સંશયો છેદી નાખ્યા છે
તેવા આત્મનિષ્ઠ પુરુષને કર્મ બંધનકર્તા નથી થતું. (૪૧)

તસ્માદજ્ઞાનસંભૂતં હૃત્સ્થં જ્ઞાનાસિનાત્મનઃ,
છિત્ત્વૈનં સંશયં યોગમાતિષ્ઠોત્તિષ્ઠ ભારત.(૪૨)

એથી હે ભારત, તારા હૃદયને જેણે શોકથી હણી નાખ્યું છે
એવા અજ્ઞાનથી પેદા થયેલ સંશયને તું જ્ઞાનરૂપી શસ્ત્રથી છેદી નાખ
અને યોગમાં સ્થિત થઈ યુધ્ધ માટે તૈયાર થઈ જા.(૪૨)

અધ્યાય -૪- જ્ઞાન-કર્મ-સન્યાસ-યોગ-સમાપ્ત

ટૂંકસાર-અધ્યાય-૪-જ્ઞાન-કર્મ-સન્યાસ યોગ

કૃષ્ણ કહે છે કે-આ કર્મયોગ મેં પહેલાં સૂર્યને કહેલો.
સૂર્યે મનુને અને મનુએ ઇક્ષ્વાકુ ને કહેલો.
જે પુષ્કળ કાળના વહી ગયા પછી નષ્ટ થયેલો
જે આજે ફરીથી હું તને કહું છું.(૧-૩)

કૃષ્ણ કહે છે કે-મારે જન્મ અને મૃત્યુ નથી.
પણ મારી પોતાની પ્રકૃતિ અને માયાથી
જયારે જયારે ધર્મ (સત્યો)નો નાશ અને અધર્મ (અસત્યો)ની વૃધ્ધિ થાય છે
ત્યારે ત્યારે ધર્મ ના રક્ષણ અને અધર્મ ના નાશ માટે
દરેક યુગમાં 'દેવ' રૂપે "માનવ અવતાર" લઉં છું.
માનવીઓ અજ્ઞાનતાથી આ વાત ભૂલી
મને માત્ર જુદા જુદા દેવ (દેવી)રૂપે જ ઓળખે છે. (૬-૧૧)

જે મનુષ્ય કર્મ માં અકર્મ અને અકર્મ માં કર્મ ને જુએ છે
તે બુધ્ધિમાન,યોગી છે.(૧૮)

જે કર્મો નો આરંભ –સંકલ્પ અને ફળ ની ઈચ્છા વગરનો હોય—
અને—જે કર્મો ને 'જ્ઞાન' ના અગ્નિ થી બાળી નાખે છે
તે જ્ઞાની-યોગી-પંડિત છે. (૧૯)

આત્માનંદ માં તૃપ્ત અને-- ફળની ઈચ્છા નો,
આશાનો તથા સંગ્રહ નો ત્યાગ કરી
અનાયાસે જે મળે તેમાં સંતોષ માનનાર તથા
હું અને મારું એવા દ્વંદ થી દૂર,સફળતા-અસફળતા
અને રાગ દ્વેષ થી દૂર-રહેતો મનુષ્ય
સંપૂર્ણ કર્મ કરતો હોવા છતાં કર્મો ના બંધન થી લેપાતો નથી.(૨૦-૨૨)

જુદી જુદી જાતના યજ્ઞો માં યજ્ઞ નું સાધન,
યજ્ઞ નું દ્રવ્ય,યજ્ઞનો અગ્નિ,યજ્ઞ કરનાર,યજ્ઞ ની પ્રક્રિયા
અને યજ્ઞ નું ફળ –આ બધું જ 'બ્રહ્મ' છે.—
એવું માનવું તે જ્ઞાનયજ્ઞ છે,જે શ્રેષ્ઠ યજ્ઞ છે. (૨૪-૩૩)

જે રીતે અગ્નિ લાકડાને બાળી નાખે છે
તેમ 'જ્ઞાન-અગ્નિ'—કર્મોને બાળી નાખે છે.(૩૭)

પરમ શ્રધ્ધાવાન ,જ્ઞાન પ્રાપ્તિ માટે તત્પર,
અને જીતેન્દ્રિય પુરુષ
'જ્ઞાન' ને પ્રાપ્ત થાય છે.અને -જે-થી પરમ શાંતિ મળે છે.(૩૯)

અને આવા આત્મજ્ઞાનીને કર્મ નું બંધન પ્રાપ્ત થતું નથી. (૪૧)

હે અર્જુન ,અજ્ઞાનથી પ્રાપ્ત થયેલા
હૃદય ના આ 'શંશય' ને
"જ્ઞાન રૂપી" શસ્ત્રથી વધ કરી,
સર્વ ઈશ્વરને અર્પણ કરનાર
"કર્મ યોગ" નું પાલન કર અને યુધ્ધ માટે ઉભો થા (૪૨)

<u>અધ્યાય-૫-કર્મસન્યાસયોગ</u>

અર્જુન ઉવાચ-
સંન્યાસં કર્મણાં કૃષ્ણ પુનર્યોગં ચ શંસસિ,
યચ્છ્રેય તયોરેકં તન્મે બ્રૂહિ સુનિશ્ચિતમ્.(૧)

અર્જુને કહ્યું :
હે કૃષ્ણ ! આપ એક તરફ કર્મ ના ત્યાગ ના વખાણ કરો છો,અને બીજી તરફ
કર્મયોગના વખાણ કરો છો.તો એ બે માંથી જે કલ્યાણકારી હોય તે મને કહો.(૧)

શ્રી ભગવાનુવાચ-
સંન્યાસઃ કર્મયોગશ્ચ નિઃશ્રેયસકરાવુભૌ,
તયોસ્તુ કર્મસંન્યાસાત્કર્મયોગો વિશિષ્યતે.(૨)

શ્રી ભગવાન બોલ્યા: કર્મોનો ત્યાગ અને કર્મયોગ બન્ને કલ્યાણકારક છે,
પરંતુ એ બન્નેમાં કર્મોના ત્યાગ કરતાં કર્મયોગ (સુગમ હોવાથી) શ્રેષ્ઠ છે. (૨)

જ્ઞેયઃ સ નિત્યસંન્યાસી યો ન દ્વેષ્ટિ ન કાઙ્ક્ષતિ,
નિર્દ્વન્દ્વો હિ મહાબાહો સુખં બન્ધાત્પ્રમુચ્યતે.(૩)

હે મહાબાહો ! જે કોઈનો દ્વેષ કરતો નથી, જે કોઈ અભિલાષા રાખતો નથી,
તેને નિત્ય સંન્યાસી (કર્મોનો ત્યાગ કરનાર)જાણવો.આવો રાગ દ્વેષ વિનાનો
મનુષ્ય દ્વંદ્વરહિત બની સંસાર બંધનમાંથી સુખપૂર્વક મુક્ત થાય છે. (૩)

સાંખ્યયોગૌ પૃથગ્બાલાઃ પ્રવદન્તિ ન પણ્ડિતાઃ,
એકમપ્યાસ્થિતઃ સમ્યગુભયોર્વિન્દતે ફલમ્.(૪)

સંન્યાસ (કર્મોનો ત્યાગ) અને કર્મયોગ ફળની દ્રષ્ટિએ અલગ અલગ છે
એમ અજ્ઞાનીઓ માને છે, પરંતુ જ્ઞાનીઓ એમ કહેતા નથી.બન્નેમાંથી
એકનું પણ ઉત્તમ રીતે અનુષ્ઠાન કરનાર બંનેના ફળને પ્રાપ્ત કરે છે.(૪)

યત્સાખ્યૈઃ પ્રાપ્યતે સ્થાન તદ્યોગૈરપિ ગમ્યતે,
એકં સાંખ્યં ચ યોગં ચ યઃ પશ્યતિ સ પશ્યતિ.(૫)

જે મોક્ષપદ જ્ઞાનયોગ દ્વારા પ્રાપ્ત થઇ શકે છે,
તે જ પદ <u>નિષ્કામ કર્મયોગ</u> દ્વારા પણ પ્રાપ્ત કરી શકાય છે.
એ માટે જ સાંખ્ય તથા કર્મયોગને જે એક જ સમજે છે તે સાચો જ્ઞાની છે.(૫)

સંન્યાસસ્તુ મહાબાહો દુઃખમાપ્તુમયોગતઃ,
યોગયુક્તો મુનિર્બ્રહ્મ નચિરેણાધિગચ્છતિ.(૬)

હે મહાબાહો ! કર્મયોગના અનુષ્ઠાન વગર સંન્યાસ પ્રાપ્ત કરવો કઠીન છે.
જયારે કર્મયોગી મુનિ જલદીથી સંન્યાસ પ્રાપ્ત કરી બ્રહ્મ ને પામે છે.(૬)

યોગયુક્તો વિશુધ્ધાત્મા વિજિતાત્મા જિતેન્દ્રિયઃ,
સર્વભૂતાત્મભૂતાત્મા કુર્વન્નપિ ન લિપ્યતે.(૭)

કર્મયોગ ના આચરણથી જેનું અંતઃકરણ શુધ્ધ થઇ ગયું છે,
જે મનને વશ કરનારો,ઈન્દ્રિયોને જીતનારો છે.
અને જેનો આત્મા સર્વ ભૂતો નો આત્મા બની ગયો છે,
તે મનુષ્ય કર્મો કરે છે છતાં તેનાથી લેપાતો નથી.(૭)

નૈવ કિંચિત્કરોમીતિ યુક્તો મન્યેત તત્ત્વવિત્,પશ્યન્
શ્રૃણવન્સ્પૃશઞ્જિઘ્રન્નશ્નન્ગચ્છન્સ્વપન્ શ્વસન્.(૮)

યોગયુક્ત બનેલો તત્વજ્ઞાની પોતે જોતાં,સાંભળતાં,
સ્પર્શ કરતાં,સુંઘતાં,ખાતાં,પીતાં,ચાલતાંનિંદ્રા લેતાં,શ્વાસોશ્વાસ લેતાં,
બોલતાં,ત્યાગ કરતાં,ગ્રહણ કરતાં (૮)

પ્રલપન્વિસૃજન્ગૃહ્ણન્નુન્મિષન્નિમિષન્નપિ,
ઇન્દ્રિયાણીન્દ્રિયાર્થેષુ વર્તન્ત ઇતિ ધારયન્.(૯)

આંખ ઉઘડતાં મીંચતાં,હોવા છતાં,
"ઇન્દ્રિયો પોતપોતાના વિષયમાં પ્રવૃત થાય છે"
એમ સમજીને "હું કંઈ કરતો નથી" એમ નિશ્ચયપૂર્વક માને છે.(૯)

બ્રહ્મણ્યાધાય કર્માણિ સઙ્ગં ત્યક્ત્વા કરોતિ યઃ,
લિપ્યતે ન સ પાપેન પદ્મપત્રમિવામ્ભસા.(૧૦)

જે મનુષ્ય ફળની ઈચ્છા નો ત્યાગ કરી
<u>સર્વ ફળ બ્રહ્માર્પણ બુધ્દ્ધિ થી કરે</u>.તો જેમ,કમળપત્ર પાણીમાં રહેવા છતાં
ભીંજાતું નથી, તેમ,તે પાપ વડે લેપાતો નથી.(૧૦)

કાયેન મનસા બુદ્ધ્યા કેવલૈરિન્દ્રિયૈરપિ,
યોગિનઃ કર્મ કુર્વન્તિ સઙ્ગં ત્યક્ત્વાત્મશુદ્ધયે.(૧૧)

યોગીઓ માત્ર મન,બુધ્દ્ધિ અને ઇન્દ્રિયોથી
ફળ પ્રત્યેની આસક્તિ છોડી દઈ આત્માની શુધ્દ્ધિ માટે કર્મો કરે છે.(૧૧)

યુક્તઃ કર્મફલં ત્યક્ત્વા શાન્તિમાપ્નોતિ નૈષ્ઠિકીમ્,
અયુક્તઃ કામકારેણ ફલે સક્તો નિબધ્યતે.(૧૨)

કર્મયોગી મનુષ્ય <u>કર્મફળને ત્યજીને</u>
સત્વશુધ્દ્ધિના ક્રમથી થયેલી શાંતિને પ્રાપ્ત કરે છે

જયારે સકામ મનુષ્ય કામના વડે ફળની આસક્તિ રાખી બંધનમાં પડે છે.(૧૨)

સર્વકર્માણિ મનસા સંન્યસ્યાસ્તે સુખં વશી,
નવદ્વારે પુરે દેહી નૈવ કુર્વન્ન કારયન્.(૧૩)

દેહને વશ કરનારો મનુષ્ય સર્વ કર્મોને માનસિક રીતે ત્યાગીને
નવ દરવાજા વાળા નગરમાં સુખપૂર્વક રહે છે.
તે કંઈ જ કરતો નથી અને કંઈ જ કરાવતો નથી.(૧૩)

ન કર્તૃત્વં ન કર્માણિ લોકસ્ય સૃજતિ પ્રભુઃ,
ન કર્મફલસંયોગં સ્વભાવસ્તુ પ્રવર્તતે.(૧૪)

આત્મા દેહાદિકના કર્તાપણાને ઉત્પન્ન કરતો નથી,
કર્મોને ઉત્પન્ન કરતો નથી કે કર્મફળના સંયોગને ઉત્પન્ન કરતો નથી,
પરંતુ તે અવિદ્યારૂપ માયાનો જ સર્વ ખેલ છે.(૧૪)

નાદત્તે કસ્યચિત્પાપં ન ચૈવ સુકૃતં વિભુઃ,
અજ્ઞાનેનાવૃતં જ્ઞાનં તેન મુહ્યન્તિ જન્તવઃ.(૧૫)

પરમેશ્વર કોઈનાં પાપ કે પુણ્યને પોતાના શિરે વહોરી લેતા નથી,
પરંતુ જ્ઞાન અજ્ઞાન વડે ઢંકાયેલું છે.તેને લીધે સર્વ જીવો મોહ પામે છે.(૧૫)

જ્ઞાનેન તુ તદજ્ઞાનં યેષાં નાશિતમાત્મનઃ,
તેષામાદિત્યવજ્જ્ઞાનં પ્રકાશયતિ તત્પરમ્.(૧૬)

વળી જેમનું એ અજ્ઞાન આત્માના જ્ઞાન વડે નાશ પામેલું છે,
તેમનું તે જ્ઞાન સૂર્યની જેમ પરબ્રહ્મને પ્રકાશિત કરે છે.(૧૬)

તદ્બુદ્ધયસ્તદાત્માનસ્તન્નિષ્ઠાસ્તત્પરાયણાઃ,
ગચ્છન્ત્યપુનરાવૃત્તિં જ્ઞાનનિર્ધૂતકલ્મષાઃ.(૧૭)

તે પરબ્રહ્મમાં જ જેમની બુદ્ધિ સ્થિત થઇ છે તે બ્રહ્મ જ તેમનો આત્મા છે.
તેમનામાં જ તેમની સંપૂર્ણ નિષ્ઠા છે. તેઓ તેમના જ પરાયણ બની જાય છે
જ્ઞાન વડે જેમનાં પાપકર્મો નાશ પામે છે
તેઓ જન્મમરણના ચક્કર માં પડતા નથી.(૧૭)

વિદ્યાવિનયસંપન્ને બ્રાહ્મણે ગવિ હસ્તિનિ,
શુનિ ચૈવ શ્વપાકે ચ પણ્ડિતાઃ સમદર્શિનઃ.(૧૮)

જે જ્ઞાનીજન વિદ્યા અને વિનય આદિના ગુણોવાળા છે
તે પંડિત,બ્રાહ્મણ,ગાય,હાથી,કુતરો,ચંડાળ વગેરે
સર્વમાં સમાન દ્રષ્ટિવાળા હોય છે.(૧૮)

ઇહૈવ તૈર્જિતઃ સર્ગો યેષાં સામ્યે સ્થિતં મનઃ,
નિર્દોષં હિ સમં બ્રહ્મ તસ્માદ્બ્રહ્મણિ તે સ્થિતાઃ.(૧૯)

જેમનું મન સમત્વ(પરમાત્મા) માં રહ્યું છે તે સમદર્શી મનુષ્યે આ જન્મમાં જ સંસારને જીતી લીધો છે.કારણ કે બ્રહ્મ-એ દોષથી રહિત અને સમાન હોવાથી એ મનુષ્ય બ્રહ્મમાં સ્થિત રહે છે.(૧૯)

ન પ્રહૃષ્યેત્પ્રિયં પ્રાપ્ય નોદ્વિજેત્પ્રાપ્ય ચાપ્રિયમ્,
સ્થિરબુદ્ધિરસમ્મૂઢો બ્રહ્મવિદ્બ્રહ્મણિ સ્થિતઃ.(૨૦)

જેની બુદ્ધિ સ્થિર થયેલી છે,જેનું અજ્ઞાન નાશ પામ્યું છે અને જે બ્રહ્મમાં સ્થિર થયો છે એવો બ્રહ્મવેત્તા મનુષ્ય તે પ્રિય પદાર્થો મેળવીને હર્ષ પામતો નથી અને અપ્રિય પદાર્થો પામીને દુઃખી થતો નથી.(૨૦)

બાહ્યસ્પર્શેષ્વસક્તાત્મા વિન્દત્યાત્મનિ યત્સુખમ્,
સ બ્રહ્મયોગયુક્તાત્મા સુખમક્ષયમશ્નુતે.(૨૧)

ઇન્દ્રિયોના સ્પર્શથી ઉત્પન થનાર સુખોમાં આસક્તિ રહિત ચિત્તવાળો મનુષ્ય, આત્મામાં રહેલા સુખને પામે છે.
એવો પરબ્રહ્મ સ્વરૂપ પ્રાપ્ત થયેલો મનુષ્ય અક્ષય સુખ નો અનુભવ કરે છે.(૨૧)

યે હિ સંસ્પર્શજા ભોગા દુઃખયોનય એવ તે,
આદ્યન્તવન્તઃ કૌન્તેય ન તેષુ રમતે બુધઃ.(૨૨)

હે કાંન્તેય ! ઇન્દ્રિયો અને વિષયોના સ્પર્શથી ઉત્પન થયેલા જે ભોગો છે
તે સર્વ ઉત્પતિ અને નાશને વશ હોવાથી દુઃખના કારણરૂપ છે.
એટલા માટે જ્ઞાનીજનો તેમાં પ્રીતિ રાખતા નથી.(૨૨)

શક્નોતીહૈવ યઃ સોઢું પ્રાક્શરીરવિમોક્ષણાત્,
કામક્રોધોદ્ભવં વેગં સ યુક્તઃ સ સુખી નરઃ.(૨૩)

શરીર નો નાશ થવા પહેલાં જે મનુષ્ય કામ અને ક્રોધથી ઉત્પન થયેલા વેગને સહન કરી શકે છે તે મનુષ્ય આ લોકમાં યોગી છે અને તે સાચો સુખી છે.(૨૩)

યોન્તઃસુખોન્તરારામસ્તથાન્તર્જ્યોતિરેવ યઃ,
સ યોગી બ્રહ્મનિર્વાણં બ્રહ્મભૂતોધિગચ્છતિ.(૨૪)

જે અંતરાત્મામાં સુખનો અનુભવ કરે છે તથા આત્મામાં જ રમણ કરે છે,
જેના અંતરાત્મામાં જ્ઞાન રૂપી પ્રકાશ પથરાઇ ગયો છે
તે યોગી બ્રહ્મસ્વરૂપ બની પરબ્રહ્મમાં જ નિર્વાણ પામેછે.(૨૪)

લભન્તે બ્રહ્મનિર્વાણમૃષયઃ ક્ષીણકલ્મષાઃ,
છિન્નદ્વૈધા યતાત્માનઃ સર્વભૂતહિતે રતાઃ.(૨૫)

જેના પાપાદિ દોષો નાશ પામ્યા છે,જેના સંશયો છેદાઈ ગયા છે,
જેમનાં મન-ઇન્દ્રિયો વશમાં થઇ ગયા છે અને જે પ્રાણીમાત્રના
હિત માટે તત્પર છે,એવા ઋષિઓ બ્રહ્મનિર્વાણને પામે છે.(૨૫)

કામક્રોધવિયુક્તાનાં યતીનાં યતચેતસામ્,
અભિતો બ્રહ્મનિર્વાણં વર્તતે વિદિતાત્મનામ્.(૨૬)

જેઓ કામ-ક્રોધથી રહિત છે,જેમણે ચિત્તને વશમાં રાખ્યું છે,
અને જેઓ આત્મસાક્ષાત્કાર પામેલા છે એવા યોગીઓ
સર્વ અવસ્થામાં પરબ્રહ્મ પરમાત્માને પ્રાપ્ત થાય છે.(૨૬)

સ્પર્શાન્કૃત્વા બહિર્બાહ્યાંશ્ચક્ષુશ્ચૈવાન્તરે ભ્રુવોઃ,
પ્રાણાપાનૌ સમૌ કૃત્વા નાસાભ્યન્તરચારિણૌ.(૨૭)

બહારના વિષયોને વૈરાગ્ય દ્વારા બહાર કાઢીને,
તથા દ્રષ્ટિને ભ્રમરની મધ્યમાં સ્થિર કરીને,
નાકની અંદર ગતિ કરનારા પ્રાણ તથા અપાનવાયુને સમાન કરીને.(૨૭)

યતેન્દ્રિયમનોબુદ્ધિર્મુનિર્મોક્ષપરાયણઃ,
વિગતેચ્છાભયક્રોધો યઃ સદા મુક્ત એવ સઃ.(૨૮)

જેણે ઇન્દ્રિયો, મન તથા બુદ્ધિ વશ કર્યાં છે
તથા જેનાં ઈચ્છા,ભય અને ક્રોધ દુર થયાં છે,
એવા જે,મુનિ મોક્ષપરાયણ છે તે સદા મુક્ત જ છે.(૨૮)

ભોક્તારં યજ્ઞતપસાં સર્વલોકમહેશ્વરમ્,
સુહૃદં સર્વભૂતાનાં જ્ઞાત્વા માં શાન્તિમૃચ્છતિ(૨૯)

સર્વ યજ્ઞ અને તપનો ભોક્તા,સર્વ લોકોનો મહેશ્વર
અને સર્વ ભૂતોનો પરમ મિત્ર હું જ છું.
એ રીતે જે જાણે છે તે શાંતિને પ્રાપ્ત થાય છે.(૨૯)

<u>અધ્યાય-૫-કર્મસન્યાસયોગ-સમાપ્ત</u>

ટૂંકસાર-અધ્યાય-૫-કર્મસન્યાસયોગ

અર્જુન –તમે કર્મોના સન્યાસ અને કર્મયોગ બન્નેની પ્રશંસા કરો છો,
પણ આ બન્ને માં થી સારું શું તે મને નિશ્ચિતપણે કહો. (૧)

કૃષ્ણ---આ બન્ને મોક્ષદાયક છે,
પરંતુ બન્નેમાંથી કર્મયોગ –કર્મસન્યાસ યોગ કરતાં વધારે ઉંચો છે.(૨)

અજ્ઞાનીઓ જ સાંખ્ય અને (કર્મ)યોગ ને જુદા કહે છે.જો કોઈ પણ
એકમાં પણ સારી રીતે સ્થિર થાય તો તેને બન્ને નું ફળ મળે છે .(૪)

ઇન્દ્રિયોના બધા કર્મો કરતો હોવા છતાં પણ
'ઇન્દ્રિયો પોતપોતાના વિષયમાં પ્રવૃત થાય છે' એમ સમજીને
'હું કાંઈ જ કરતો નથી' એવું યોગયુક્ત તત્વવેતા માને છે(૮-૯)

જગત માટે ઈશ્વર –કર્તાપણું કે કર્મ ઉત્પન્ન કરતો નથી,
અને નથી કર્મ અને ફળને જોડતો. કાર્ય કરનાર પ્રકૃતિ(માયા) છે. (૧૪)
ઈશ્વર નથી કોઈના પાપ લેતો કે નથી કોઈના પુણ્ય લેતો (૧૫)

પરબ્રહ્મમાં જેમની બુધ્ધિ સ્થિર થઇ છે,જે પરબ્રહ્મને જ પોતાનો આત્મા માને છે,
અને પરબ્રહ્મમાં જ પૂર્ણ નિષ્ઠા રાખે છે-
એવા યોગી ને આત્મજ્ઞાન નું સુખ મળે છે.અને તેના પાપ નષ્ટ થાય છે.
અને તે એવા સ્થળે જાય છે જ્યાંથી પાછા ફરવાનું રહેતું નથી.(૧૭)
બ્રાહ્મણ,ગાય,કૂતરાં,ચાંડાલ,આ સર્વમાં આત્મનિષ્ઠ પુરુષ બ્રહ્મને જુએ છે (૧૮)

બાહ્ય વિષયોમાં આશક્તિ નહી હોવાથી,તેને આત્મામાં સુખ જડે છે.
અને બ્રહ્મના ચિંતનમાં રહીને તે અનંત સુખ મેળવે છે..(૨૧)

ઇન્દ્રિયો અને તેના વિષયોના સંયોગથી થનારા ભોગો (સુખાનુભવ) તે સર્વ,
ઉત્પત્તિ અને નાશને આધીન હોવાથી તે પાછળથી દુઃખ ના કારણ બને છે.
એટલે જ્ઞાની પુરુષો તેમાં આનંદ માનતા નથી.(૨૨)

બાહ્ય વિષયો (શબ્દો-વગેરે)ને હ્રદયમાંથી બહાર કાઢી નાખી,
ભ્રકુટી માં દ્રષ્ટિ સ્થાપન કરી,નાકમાં પ્રાણ-અપાનને સમાન કરી,
ઇન્દ્રિયો,મન,બુધ્ધિ ને પોતાના વશ માં લઇ,ઇચ્છા ,ભય,અને ક્રોધ નો નાશ કરી,
જે યોગી મોક્ષને જ પોતાનું અંતિમ ધ્યેય માને છે,તે સદા મુક્ત જ છે.(૨૭-૨૮)

<u>અધ્યાય-૬-આત્મસંયમ (અધ્યાત્મ) યોગ</u>

શ્રી ભગવાનુવાચ-
અનાશ્રિતઃ કર્મફલં કાર્યં કર્મ કરોતિ યઃ,
સ સંન્યાસી ચ યોગી ચ ન નિરગ્નિર્ન ચાક્રિયઃ.(૧)

શ્રી ભગવાન કહે: હે પાર્થ ! કર્મના ફળને ન ચાહીને કરવા યોગ્ય કર્મ કરે છે
તે જ સંન્યાસી અને કર્મયોગી છે.કેવળ અગ્નિનો ત્યાગ કરનારો સંન્યાસી નથી
તેમ જ કેવળ ક્રિયાઓને ત્યાગનારો પણ સંન્યાસી કે યોગી નથી.(૧)

યં સંન્યાસમિતિ પ્રાહુર્યોગં તં વિદ્ધિ પાણ્ડવ,
ન હ્યસંન્યસ્તસઙ્કલ્પો યોગી ભવતિ કશ્ચન.(૨)

હે પાંડવ ! જેને સંન્યાસ કહે છે તેને જ યોગ સમજ.મનના સંકલ્પોનો
ત્યાગ કર્યા સિવાય કોઈ પણ મનુષ્ય કર્મયોગી થઇ શકતો નથી.(૨)

આરુરુક્ષોર્મુનેર્યોગં કર્મ કારણમુચ્યતે,
યોગારૂઢસ્ય તસ્યૈવ શમઃ કારણમુચ્યતે.(૩)

જે યોગીને ધ્યાનયોગ સિદ્ધ કરવો હોય તેને માટે વિહિત કર્મોનું આચરણ
સાધન છે.પરંતુ યોગ-પ્રાપ્તિ થઇ જાય પછી તેને સંપૂર્ણ કરવા માટે
કર્મ નિવૃત્તિ જ શ્રેષ્ઠ સાધન બની જાય છે.પછી તે કર્મફળમાં લુબ્ધ થતો નથી.(૩)

યદા હિ નેન્દ્રિયાર્થેષુ ન કર્મસ્વનુષજ્જતે,
સર્વસઙ્કલ્પસંન્યાસી યોગારૂઢસ્તદોચ્યતે.(૪)

જયારે મનુષ્ય ઇન્દ્રિયોના વિષયમાં અને કર્મોમાં આસક્ત થતો નથી
અને સર્વ સંકલ્પોને છોડી દે છે ત્યારે તે યોગારૂઢ કહેવાય છે.(૪)

<u>ઉદ્ધરેદાત્મનાત્માનં</u> નાત્માનમવસાદયેત્,
આત્મૈવ હ્યાત્મનો બન્ધુરાત્મૈવ રિપુરાત્મનઃ.(૫)

<u>આત્મા વડે આત્માનો ઉદ્ધાર કરવો</u>
પરંતુ આત્માને અધોગતિ ના માર્ગે લઇ જવો નહિ,
કેમ કે આત્મા જ આત્માનો બન્ધુ છે અને આત્મા જ આત્માનો શત્રુ છે.(૫)

બન્ધુરાત્માત્મનસ્તસ્ય યેનાત્મૈવાત્મના જિતઃ,
અનાત્મનસ્તુ શત્રુત્વે વર્તેતાત્મૈવ શત્રુવત્.(૬)

જેણે આત્માને જીતેન્દ્રિય બનાવ્યો છે,જીત્યો છે,તેનો આત્મા બન્ધુ છે.પરંતુ જેના
આત્માએ ઇન્દ્રિયો પર વિજય મેળવ્યો નથી તેનો આત્મા જ તેનો શત્રુ છે.(૬)

જિતાત્મનઃ પ્રશાન્તસ્ય પરમાત્મા સમાહિતઃ,
શીતોષ્ણસુખદુઃખેષુ તથા માનાપમાનયોઃ.(૭)

જેણે પોતાનું મન ટાઢ-તડકો,સુખ-દુઃખ,માન-અપમાન વગેરેમાં એક સરખું
રાખ્યું છે,જે નિર્વિકાર રહેછે,તે સર્વ સ્થિતિમાં સમાન ભાવે રહે છે.(૭)

જ્ઞાનવિજ્ઞાનતૃપ્તાત્મા કૂટસ્થો વિજિતેન્દ્રિયઃ,
યુક્ત ઇત્યુચ્યતે યોગી સમલોષ્ટાશ્મકાઞ્ચનઃ.(૮)

જે જ્ઞાન અને વિજ્ઞાન વડે તૃપ્ત થયો છે,જે જીતેન્દ્રિય છે,
જે માટી તથા સોનાને સરખું ગણે છે તે યોગી "યોગસિધ્ધ "કહેવાય છે.(૮)

સુહૃન્મિત્રાર્યુદાસીનમધ્યસ્થદ્વેષ્યબન્ધુષુ,
સાધુષ્વપિ ચ પાપેષુ સમબુદ્ધિર્વિશિષ્યતે.(૯)

સુહ્યદ,મિત્ર,શત્રુ,ઉદાસીન,મધ્યસ્થ,દ્વેષ ને પાત્ર અને સંબંધીજનમાં,સાધુઓમાં
કે પાપીઓમાં જે યોગીની સમબુધ્ધિ હોય છે,તે સર્વ માં શ્રેષ્ઠ યોગી છે.

યોગી યુઞ્જીત સતતમાત્માનં રહસિ સ્થિતઃ,
એકાકી યતચિત્તાત્મા નિરાશીરપરિગ્રહઃ.(૧૦)

માટે યોગીઓએ ચિત્ત ને તથા દેહ ને વશ કરી,આશારહિત અને પરિગ્રહરહિત
થઈને,એકાંત માં નિવાસ કરી અંતઃકરણને સદા યોગાભ્યાસ માં જોડવું.(૧૦)

શુચૌ દેશે પ્રતિષ્ઠાપ્ય સ્થિરમાસનમાત્મનઃ,
નાત્યુચ્છ્રિતં નાતિનીચં ચૈલાજિનકુશોત્તરમ્.(૧૧)

યોગીએ પવિત્ર સ્થાનમાં પહેલાં દર્ભ ,તેના પર મૃગચર્મ
અને તેના પર આસન પાથરવું.એ આસન પર સ્થિરતાથી બેસવું,
આસન વધુ પડતું ઊંચું કે નીચું ન રહે તેનું ધ્યાન રાખવું.(૧૧)

તત્રૈકાગ્રં મનઃ કૃત્વા યતચિત્તેન્દ્રિયક્રિયઃ,
ઉપવિશ્યાસને યુઞ્જ્યાદ્યોગમાત્મવિશુદ્ધયે.(૧૨)

તૈયાર કરેલા તે આસન પર બેસી ,ચિત્તને એકાગ્ર કરી ,ઇન્દ્રિયોને જીતી,
પોતાના અંતઃકરણની શુધ્ધિ માટે યોગ નો અભ્યાસ કરવો.(૧૨)

સમં કાયશિરોગ્રીવં ધારયન્નચલં સ્થિરઃ,
સંપ્રેક્ષ્ય નાસિકાગ્રં સ્વં દિશશ્ચાનવલોકયન્.(૧૩)

સાધકે સ્થિર થઈને પોતાનો દેહ,મસ્તક અને ડોકને સ્થિર રાખવાં,
પછી પોતાની નાસિકાના અગ્રભાગ પર દ્રષ્ટિ સ્થિર કરી,
આમતેમ ન જોતાં યોગનો અભ્યાસ શરૂ કરવો.(૧૩)

પ્રશાન્તાત્મા વિગતભીર્બ્રહ્મચારિવ્રતે સ્થિતઃ,
મનઃ સંયમ્ય મચ્ચિત્તો યુક્ત આસીત મત્પરઃ.(૧૪)

યોગીએ અંત:કરણ ને શાંત બનાવી,નિર્ભયતા પૂર્વક,બ્રહ્મચર્ય વ્રતનું પાલન કરવું,
પછી મનનો સંયમ કરી,મારું ચિંતન કરતાં,મારા પરાયણ થઇ ધ્યાનમગ્ન રહેવું.(૧૪)

યુઞ્જન્નેવં સદાત્માનં યોગી નિયતમાનસઃ,
શાન્તિં નિર્વાણપરમાં મત્સંસ્થામધિગચ્છતિ.(૧૫)

આ રીતે અંત:કરણને નિરંતર પરમેશ્વરના સ્વરૂપમાં લગાડીને,
સ્વાધીન મનવાળો યોગી મારામાં સ્થિતિરૂપ પરમાનંદ જ
(પરાકાષ્ઠાવાળી શાંતિને) પ્રાપ્ત કરે છે.(૧૫)

નાત્યશ્નતસ્તુ યોગોસ્તિ ન ચૈકાન્તમનશ્નતઃ,
ન ચાતિસ્વપ્નશીલસ્ય જાગ્રતો નૈવ ચાર્જુન.(૧૬)

હે અર્જુન ! વધુ આહાર કરવાથી અથવા નિરાહાર રહેવાથી
યોગ સાધી શકાતો નથી.તે જ રીતે વધુ નિદ્રા લેનાર
કે અતિ ઓછી નિદ્રા લેનારથી પણ યોગ સાધી શકાતો નથી.(૧૬)

યુક્તાહારવિહારસ્ય યુક્તચેષ્ટસ્ય કર્મસુ,
યુક્તસ્વપ્નાવબોધસ્ય યોગો ભવતિ દુઃખહા.(૧૭)

જેનો આહાર વિહાર યુક્ત હોય,જેનાં કર્માચરણ યોગ્ય હોય
અને જેની નિદ્રા અને જાગૃતિ પ્રમાણસરની હોય છે
તે પુરુષ યોગ સાધી શકે છે.અને તેના દુઃખોનો નાશ કરી નાખેછે.(૧૭)

યદા વિનિયતં ચિત્તમાત્મન્યેવાવતિષ્ઠતે,નિઃસ્પૃહઃ
સર્વકામેભ્યો યુક્ત ઇત્યુચ્યતે તદા.(૧૮)

જયારે યોગીનું વશ થયેલું ચિત્ત આત્મામાં જ સ્થિર રહે છે,તેની સર્વ કામનાઓ
નિ:સ્પૃહ બની જાય છે ત્યારે તે યોગી સમાધિષ્ઠ કહેવાય છે.(૧૮)

યથા દીપો નિવાતસ્થો નેઙ્ગતે સોપમા સ્મૃતા,
યોગિનો યતચિત્તસ્ય યુઞ્જતો યોગમાત્મનઃ(૧૯)

જેમ વાયુરહિત સ્થાનમાં રહેલો દીપક ડોલતો નથી,
તેમ સમાધિનિષ્ઠ યોગીનું મન ચલિત થતું નથી.(૧૯)

યત્રોપરમતે ચિત્તં નિરુદ્ધં યોગસેવયા,
યત્ર ચૈવાત્મનાત્માનં પશ્યન્નાત્મનિ તુષ્યતિ.(૨૦)

યોગાભ્યાસથી સંયમિત થયેલું ચિત્ત કર્મથી નિવૃત થાય છે,
જયારે યોગી પોતાના નિર્મળ થયેલાં અંતઃકરણમાં
પરમાત્માનો સાક્ષાત્કાર પામી પોતાના જ સ્વરૂપમાં સંતોષ પામેછે.(૨૦)

સુખમાત્યન્તિકં યત્તદ્બુદ્ધિગ્રાહ્યમતીન્દ્રિયમ્,
વેત્તિ યત્ર ન ચૈવાયં સ્થિતશ્ચલતિ તત્ત્વતઃ.(૨૧)

જયારે સુક્ષ્મબુધ્ધીથી ગ્રાહ્ય અને ઇન્દ્રિયોથી અગ્રાહ્ય એવું પરમ સુખ પામે છે
ત્યારે તે સ્થિર થયેલો યોગી બ્રહ્મ-સ્વ-રૂપમાંથી ચલિત થતો નથી.(૨૧)

યં લબ્ધ્વા ચાપરં લાભં મન્યતે નાધિકં તતઃ,
યસ્મિન્સ્થિતો ન દુઃખેન ગુરુણાપિ વિચાલ્યતે.(૨૨)

આ સ્થિતિ પ્રાપ્ત થતાં યોગી બીજા કોઈ લાભને અધિક માનતો નથી અને
ગમે તેવા દુઃખો આવે છતાં તેનું ચિત્ત સ્વરૂપાનંદથી વિચલિત થતું નથી.(૨૨)

તં વિદ્યાદ્ દુઃખસંયોગવિયોગં યોગસંજ્ઞિતમ્,
સ નિશ્ચયેન યોક્તવ્યો યોગોનિર્વિણ્ણચેતસા.(૨૩)

જેમાં જરાય દુઃખનો સંચાર થતો નથી અને
જે દુઃખના સંબંધને તોડી નાખે છે તેને જ યોગ કહેવાય છે.
આ યોગ પ્રસન્ન ચિત્ત વડે અને દઢ નિશ્ચયથી સાધ્ય કરવો.(૨૩)

સઙ્કલ્પપ્રભવાન્કામાંસ્ત્યક્ત્વા સર્વાનશેષતઃ,
મનસૈવેન્દ્રિયગ્રામં વિનિયમ્ય સમન્તતઃ.(૨૪)

સંકલ્પથી ઉત્પન્ન થતી સર્વ વાસનાઓનો ત્યાગ કરી,
મનથી જ સર્વ ઈન્દ્રિયોને સર્વ રીતે જીતીને (૨૪)

શનૈઃ શનૈરુપરમેદ્ બુદ્ધ્યા ધૃતિગૃહીતયા,
આત્મસંસ્થં મનઃ કૃત્વા ન કિઞ્ચિદપિ ચિન્તયેત્.(૨૫)

તથા ધીરજવાળી બુદ્ધિથી ધીમે ધીમે આત્મસ્વરૂપમાં સ્થિર થવું
અને મનને એ રીતે સ્થિર કરી બીજું કોઈ ચિંતન કરવું નહિ.(૨૫)

યતો યતો નિશ્ચરતિ મનશ્ચઞ્ચલમસ્થિરમ્,
તતસ્તતો નિયમ્યૈતદાત્મન્યેવ વશં નયેત્. (૨૬)

આ ચંચળ મન જ્યાં જ્યાં ભટકે ત્યાંથી નિગ્રહ વડે પાછું વાળીને
આત્મસ્વરૂપમાં જ સંલગ્ન કરવું.(૨૬)

પ્રશાન્તમનસં હ્યેનં યોગિનં સુખમુત્તમમ્,
ઉપૈતિ શાન્તરજસં બ્રહ્મભૂતમકલ્મષમ્.(૨૭)

જે યોગીનું ચિત્ત સંતોષ પામ્યું છે,જેનો રજોગુણ નાશ પામ્યો છે અને
જે બ્રહ્મસ્વરૂપ બની નિષ્પાપ બની ગયો છે,તે યોગી બ્રહ્મસુખ મેળવે છે.(૨૭)

યુઞ્જન્નેવં સદાત્માનં યોગી વિગતકલ્મષઃ,
સુખેન બ્રહ્મસંસ્પર્શમત્યન્તં સુખમશ્નુતે.(૨૮)

આ પ્રમાણે સતત આત્મ વિષયક યોગ કરનાર નિષ્પાપ યોગી ,
જેમાં બ્રહ્મનો અનુભવ રહેલો છે,એવું અત્યંત સુખ અનાયાસે મેળવે છે.

સર્વભૂતસ્થમાત્માનં સર્વભૂતાનિ ચાત્મનિ,
ઈક્ષતે યોગયુક્તાત્મા સર્વત્ર સમદર્શનઃ.(૨૯)

જે સર્વત્ર સમદ્રષ્ટિ રાખે છે એ યોગીપુરુષ સર્વ ભૂતોમાં પોતાના આત્માને
અને પોતાના આત્મામાં સર્વ ભૂતોને જુવેછે.(૨૯)

માં પશ્યતિ સર્વત્ર સર્વં ચ મયિ પશ્યતિ,
તસ્યાહં ન પ્રણશ્યામિ સ ચ મે ન પ્રણશ્યતિ.(૩૦)

જે યોગી સર્વ ભૂતોમાં મને જુવે છે અને મારામાં સર્વ ભૂતોને જુવે છે,
તેની દ્રષ્ટિ સમક્ષ જ હું રહું છું.(૩૦)

સર્વભૂતસ્થિતં યો માં ભજત્યેકત્વમાસ્થિતઃ,
સર્વથા વર્તમાનોપિ સ યોગી મયિ વર્તતે.(૩૧)

જે યોગી એકનિષ્ઠાથી સર્વ ભૂતોમાં રહેલા મને ભજે છે,
તે કોઈ પણ રીતે વર્તતો હોય તો પણ મારા સ્વરૂપમાં જ રહે છે.(૩૧)

આત્મૌપમ્યેન સર્વત્ર સમં પશ્યતિ યોર્જુન,
સુખં વા યદિ વા દુઃખં સઃ યોગી પરમો મતઃ.(૩૨)

હે અર્જુન ! જે યોગી પોતાની જેમ જ સર્વ ને સુખ-દુઃખની અનુભૂતિ થાય છે
એવી સમદ્રષ્ટિ થી જુપે છે,તે મને પરમ માન્ય છે.(૩૨)

અર્જુન ઉવાચ-
યોયં યોગસ્ત્વયા પ્રોક્તઃ સામ્યેન મધુસૂદન,
એતસ્યાહં ન પશ્યામિ ચઞ્ચલત્વાત્ સ્થિતિં સ્થિરામ્.(૩૩)

અર્જુન કહેઃ હે મધુસુદન !તમે જે સમદ્રષ્ટિ નો યોગ કહ્યો
તે યોગની અચલ સ્થિતિ મનની ચંચળતા ને લીધે રહી શકે તેમ લાગતું નથી.

ચઞ્ચલં હિ મનઃ કૃષ્ણ પ્રમાથિ બલવદ્દૃઢમ્,
તસ્યાહં નિગ્રહં મન્યે વાયોરિવ સુદુષ્કરમ્.(૩૪)

હે શ્રી કૃષ્ણ ! મન અતિ ચંચળ છે.તે કોઈ પણ કામનાને સિધ્ધ થવા દેતું નથી.
તે બળવાન અને અભેદ્ય છે.
તેનો નિગ્રહ કરવો એ વાયુને રોકવા જેટલું કઠીન છે,એવું મને લાગે છે.(૩૪)

શ્રી ભગવાનુવાચ-
અસંશયં મહાબાહો મનો દુર્નિગ્રહં ચલં,
અભ્યાસેન તુ કૌન્તેય વૈરાગ્યેણ ચ ગૃહ્યતે.(૩૫)

શ્રી ભગવાન કહે : હે મહાબાહો ! મન ચંચળ હોવાથી તેનો નિગ્રહ કરવો
કઠીન જ છે,એ વાત નિ:સંશય હું માનું છું,પરંતુ હે ,કાંતેય,
વૈરાગ્ય અને અભ્યાસ ના યોગથી તેને પણ સ્વાધીન કરી શકાય છે.(૩૫)

અસંયતાત્મના યોગો દુષ્પ્રાપ ઇતિ મે મતિઃ,
વશ્યાત્મના તુ યતતા શક્યોવાપ્તુમુપાયતઃ.(૩૬)

જે મનનો નિગ્રહ કરવાનો અભ્યાસ કરતો નથી તેને યોગ પ્રાપ્ત થતો નથી.
જે અંત:કરણ ને વશ કરી મનનો નિગ્રહ કરવાનો યત્ન કરેછે,
તેને પ્રયત્ન વડે યોગ પ્રાપ્ત થાય છે.એવો મારો મત છે.(૩૬)

અર્જુન ઉવાચ-
અયતિઃ શ્રધ્ધયોપેતો યોગાચ્ચલિતમાનસઃ,
અપ્રાપ્ય યોગસંસિધ્ધિં કાં ગતિં કૃષ્ણગચ્છતિ.(૩૭)

અર્જુન કહે: હે શ્રી કૃષ્ણ ! જે સાધક શ્રધ્ધાવાન હોવા છતાં પ્રયત્ન કરતો નથી,
જેનું મનઅંતકાળે યોગ માંથી ચ્યુત થયું છે,
એવા પુરુષ યોગસિધ્ધિ ન પામતાં કઈ ગતિ પામે છે?(૩૭)

કચ્ચિન્નોભયવિભ્રષ્ટશ્છિન્નાભ્રમિવ નશ્યતિ,
અપ્રતિષ્ઠો મહાબાહો વિમૂઢો બ્રહ્મણઃ પથિ.(૩૮)

હે શ્રી કૃષ્ણ ! મોહવશ થયેલો યોગી બ્રહ્મમાર્ગમાં જતાં કર્મમાર્ગ અને યોગમાર્ગ
એમ બંને માર્ગથી ભ્રષ્ટ થઇ વિખરાઈ જતાં વાદળોની જેમ નાશ નથી પામતો?(૩૮)

એતન્મે સંશયં કૃષ્ણ છેત્તુમર્હસ્યશેષતઃ,
ત્વદન્યઃ સંશયસ્યાસ્ય છેત્તા ન હ્યુપપદ્યતે.(૩૯)

હે શ્રી કૃષ્ણ ! મારી આ શંકા ને નિર્મૂળ કરવા આપ જ સમર્થ છો.
આ શંકા ને દુર કરવા આપ સિવાય બીજું કોઈ સમર્થ નથી.(૩૯)

શ્રી ભગવાનુવાચ-
પાર્થ નૈવેહ નામુત્ર વિનાશસ્તસ્ય વિદ્યતે,
નહિ કલ્યાણકૃત્કશ્ચિદ્દુર્ગતિં તાત ગચ્છતિ.(૪૦)

શ્રી ભગવાન કહે: હે પાર્થ ! જે યોગની ઇચ્છાવાળો પુરુષ હોય છે
તે આ લોક કે પરલોકથી વંચિત રહેતો નથી.
હે તાત ! સત્કર્મો કરનાર મનુષ્યની કદી પણ દુર્ગતિ થતી નથી.(૪૦)

પ્રાપ્ય પુણ્યકૃતાં લોકાનુષિત્વા શાશ્વતીઃ સમાઃ,
શુચીનાં શ્રીમતાં ગેહે યોગભ્રષ્ટોભિજાયતે.(૪૧)

યોગભ્રષ્ટ મનુષ્ય મહાન પુણ્યકર્મથી મળતાં સ્વર્ગાદિ સુખો પ્રાપ્ત કરી જયારે
મૃત્યુલોકમાં આવેછે ત્યારે પવિત્ર તથા શ્રીમંત કુળમાં જન્મ ધારણ કરે છે.

અથવા યોગિનામેવ કુલે ભવતિ ધીમતામ્,
એતધ્દિ દુર્લભતરં લોકે જન્મ યદીદૃશમ્.(૪૨)

અથવા બુધ્દિશાળી યોગીના કુળમાં જ આવા યોગભ્રષ્ટ મનુષ્યો જન્મ લે છે,
કારણકે આવા પ્રકારનો જન્મ આ લોકમાં દુર્લભ છે.(૪૨)

તત્ર તં બુધ્દિસંયોગં લભતે પૌર્વદેહિકમ્,
યતતે ચ તતો ભૂયઃ સંસિધ્દૌ કુરુનન્દન.(૪૩)

એટલે પૂર્વ જન્મની યોગબુધ્દિ નો તેનામાં જલ્દી વિકાસ થાય છે.અને
તે મનુષ્ય યોગ સિધ્ધિ માટે પુનઃ અભ્યાસ કરવામાં લાગી જાય છે.(૪૩)

પૂર્વાભ્યાસેન તેનૈવ હ્રિયતે હ્યવશોપિ સઃ,
જિજ્ઞાસુરપિ યોગસ્ય શબ્દબ્રહ્માતિવર્તતે.(૪૪)

ઉત્તમ કુળમાં જન્મ લઈને જો તે પરતંત્ર હોય તો યે
પૂર્વજન્મના યોગના અભ્યાસને લીધે તે યોગ તરફ વળે છે.
યોગના જીજ્ઞાસુઓને વેદાચરણના ફળ કરતાં વિશેષ ફળ મળે છે.(૪૪)

પ્રયત્નાધતમાનસ્તુ યોગી સંશુધ્દકિલ્બિષઃ,
અનેકજન્મસંસિધ્દસ્તતો યાતિ પરાં ગતિમ્.(૪૫)

કિન્તુ નિયમપૂર્વક અભ્યાસ કરનાર સર્વ પાપમાંથી મુક્ત થતો અને અનેક
જન્મોથી એ જ અભ્યાસ કરતો રહેલો યોગી પરમગતિ ને પ્રાપ્ત થાય છે.(૪૫)

તપસ્વિભ્યોધિકો યોગી જ્ઞાનિભ્યોપિ મતોધિકઃ,
કર્મિભ્યશ્ચાધિકો યોગી તસ્માધોગી ભવાર્જુન.(૪૬)

તપસ્વી ,જ્ઞાની તથા કર્મ કરનાર કરતાં યોગી વધુ શ્રેષ્ઠ છે,
માટે હે અર્જુન ! તું યોગી બન.(૪૬)

યોગિનામપિ સર્વેષાં મદ્ગતેનાન્તરાત્મના,
શ્રધ્દાવાન્ભજતે યો માં સ મે યુક્તતમો મતઃ.(૪૭)

સર્વ યોગીઓમાં પણ જે યોગી મારી સાથે શ્રદ્ધાપૂર્વક
એકતા પામી મને ભજે છે તે મને પરમ માન્ય છે.(૪૭)

અધ્યાય-૬-આત્મસંયમ (અધ્યાત્મ) યોગ-સમાપ્ત

ટૂંકસાર-અધ્યાય-૬ --આત્મસંયમ (અધ્યાત્મ) યોગ

કૃષ્ણ કહે છે કે –ફળની આશા વગર પોતાનું કર્તવ્ય કર્મ કરનાર તે સંન્યાસી અને
યોગી છે.સંકલ્પનો સંન્યાસ(ત્યાગ)કર્યા વિના યોગી થઇ શકતું નથી.
યોગ પ્રાપ્તિ માટે યોગીને 'કર્મ' એ 'સાધન' છે.
તેજ યોગી યોગ પ્રાપ્ત કરે પછી 'શમ'(કર્મત્યાગ) એ 'સાધન' છે (૧-૩)

માનવે આત્મા વડે જ આત્મા નો ઉદ્ધાર કરવો,પોતાના આત્માને અધોગતિ
તરફ લઇ જવો નહિ,કારણકે આત્મા જ આત્માનો મિત્ર અને આત્મા જ
આત્માનો શત્રુ છે.માટે આત્મા વડે આત્મા ને જીતવો જોઈએ .(૫-૬)

પવિત્ર પ્રદેશ માં આસન લગાવી,મનને એકાગ્ર કરી ,ઈન્દ્રિયોને જીતી,સ્થિર થઇ,
શરીર ,મસ્તક અને ગરદન ને સીધા રાખી,નાસિકના અગ્ર પર દ્રષ્ટિ રાખી,
નિર્ભય થઇ,બ્રહ્મચર્ય વ્રત આદરી,--પ્રભુનું ચિંતન અને પ્રભુ પારાયણ થઇ,
ધ્યાનસ્થ થઇ યોગાભ્યાસ કરવો જોઈએ .(૧૧ -૧૪)
અતિ આહાર ,અતિનિદ્રા કે નિરાહાર અને અતિજાગ્રત રહેનારને
યોગ સાધ્ય નથી.પ્રમાણસર સમતા રાખવી જોઈએ.(૧૬-૧૭)
સંકલ્પથી થનાર વાસનાનો ત્યાગ,મનથી ઈન્દ્રિયોને જીતી આત્મ સ્વ-રૂપમાં
સ્થિર થવું.અને અસ્થિર,ચંચળ મન જે જે સ્થળે જાય ત્યાંથી
તેને નિગ્રહ વડે આત્મ સ્વ-રૂપમાં સ્થિર કરવું...(૨૪-૨૫)

જેની સર્વત્ર સમદ્રષ્ટિ થઇ જાય તેવો યોગી સર્વ ભૂતોમાં પોતાના આત્માને જુએ છે
અને પોતાના આત્મામાં સર્વ ભૂતોને જુએ છે.તેની દ્રષ્ટિ થી હું દૂર થતો નથી
અને મારી દ્રષ્ટિ થી તે દૂર થતો નથી..(૨૯-૩૦)
અર્જુન—હે કૃષ્ણ ,તમે આ સમત્વ યોગ કહ્યોપણ આ મન અતિ ચંચળ છે
અને તેનો નિગ્રહ કરવો તે વાયુને અટકાવવા જેવું અઘરું છે..(૩૪)
કૃષ્ણ –હે અર્જુન,તારી વાત સાચી છે.પણ 'અભ્યાસ 'અને 'વૈરાગ્ય ' થી
એ મન સ્વાધીન થઇ શકે છે..(૩૫)
અર્જુન—હે કૃષ્ણ ,શ્રધ્ધાવાળો હોવા છતાં જાત પર કાબુ ના રાખી શકતો હોય
અને જેનું મન ,યોગ થી દૂર ભટકતું હોય તેની શી ગતિ થાય છે?
કૃષ્ણ—હે અર્જુન,યોગની ઈચ્છા રાખનાર અને સત્કૃત્યો કરનાર દુર્ગતિ પામતો નથી
પણ ફરીથી તે પવિત્ર અને શ્રીમંત કુટુંબ માં જન્મે છે,અને પુનર્જન્મની યોગ બુધ્ધિ નો
ફરી વિકાસ કરી યોગ સિદ્ધિ માટે પ્રયત્ન કરે છે..(૪૩-૪૪)
તપસ્વી,જ્ઞાની તથા કર્મ કરનાર કરતાં પણ યોગી અધિક શ્રેષ્ઠ છે,
માટે હે અર્જુન,તું યોગી થા(૪૬)

અધ્યાય-૭-જ્ઞાન-વિજ્ઞાન-યોગ

શ્રી ભગવાનુવાચ-
મય્યાસક્તમનાઃ પાર્થ યોગં યુઞ્જન્મદાશ્રયઃ,
અસંશયં સમગ્રં માં યથા જ્ઞાસ્યસિ તચ્છૃણુ.(૧)

ભગવાન કહે -હે પાર્થ ! મારામાં ચિત્ત પરોવીને,કેવળ મારો જ આશ્રય કરી
યોગાભ્યાસ દ્વારા મારા પૂર્ણ સ્વરૂપને તું જાણી લેશે,
એમાં જરાય શંકા નથી,તો તે વિશે સાંભળ(૧)

જ્ઞાનં તેઽહં સવિજ્ઞાનમિદં વક્ષ્યામ્યશેષતઃ,
યજ્જ્ઞાત્વા નેહ ભૂયોન્યજ્જ્ઞાતવ્યમવશિષ્યતે.(૨)

હું તને વિજ્ઞાન-સહિત તે જ્ઞાન કહીશ.
તે જાણ્યા પછી આ લોકમાં બીજું કંઈ જાણવાનું બાકી રહેતું નથી.(૨)

મનુષ્યાણાં સહસ્ત્રેષુ કશ્ચિદ્યતતિ સિધ્દયે,
યતતામપિ સિધ્દાનાં કશ્ચિન્માં વેત્તિ તત્ત્વતઃ.(૩)

હજારો મનુષ્યોમાંથી કોઈક જ મનેપામવાનો યત્ન કરે છે.મારા માટે યત્ન
કરવાવાળા સિધ્દોમાંથી માંડ એકાદ મને સત્ય સ્વરૂપમાં ઓળખી શકેછે.(૩)

ભૂમિરાપોનલો વાયુઃ ખં મનો બુધ્દિરેવ ચ,
અહઙ્કાર ઇતીયં મે ભિન્ના પ્રકૃતિરષ્ટધા.(૪)

મારી પ્રકૃતિ ભૂમિ,જળ,વાયુ,તેજ,આકાશ,મન,બુધ્દિ અને અહંકાર
એમ આઠ ભાગમાં વિભાજીત થયેલી છે.(૪)

અપરેયમિતસ્ત્વન્યાં પ્રકૃતિં વિધ્દિ મે પરામ્,
જીવભૂતાં મહાબાહો યયેદં ધાર્યતે જગત્.(૫)

હે મહાબાહો ! એ તો મારી અપરા એટલે કે ગૌણ પ્રકૃતિ છે.
એનાથી અલગ જે મારી જીવ ભૂત પ્રકૃતિ છે તે પરા પ્રકૃતિ છે.
તેનાથી જ આ જગત ધારણ કરવામાં આવ્યું છે.(૫)

એતદ્યોનીનિ ભૂતાનિ સર્વાણીત્યુપધારય,
અહં કૃત્સ્નસ્ય જગતઃ પ્રભવઃ પ્રલયસ્તથા.(૬)

આ બંને પ્રકૃતિઓથી જ સર્વ ભૂતોની ઉત્પતિ થયેલી છે.
એ પ્રકૃતિ દ્વારા હું સમગ્ર વિશ્વ ની ઉત્પતિ અને લય કરું છું.(૬)

મત્તઃ પરતરં નાન્યત્કિઞ્ચિદસ્તિ ધનઞ્જય,
મયિ સર્વમિદં પ્રોતં સૂત્રે મણિગણા ઇવ.(૭)

હે ધનંજય ! મારાથી પર અને શ્રેષ્ઠ બીજું કંઇ જ નથી.દોરા માં જેમ મણકા પરોવાયેલા હોય છે,તેમ આ સર્વ જગત મારામાં ઓતપોત થતું પરોવાયેલું છે.(૭)

રસોહમપ્સુ કૌન્તેય પ્રભાસ્મિ શશિસૂર્યયોઃ,
પ્રણવઃ સર્વવેદેષુ શબ્દઃ ખે પૌરુષં નૃષુ.(૮)

હે કાંન્તેય ! જળમાં રસ હું છું, સુર્ય-ચંદ્રમાં તેજ હું છું,સર્વ વેદોમાં ૐકાર(પ્રણવ) હું છું.આકાશમાં શબ્દ અને પુરુષ નું પરાક્રમ હું છું.(૮)

પુણ્યો ગન્ધઃ પૃથિવ્યાં ચ તેજશ્ચાસ્મિ વિભાવસૌ,
જીવનં સર્વભૂતેષુ તપશ્ચાસ્મિ તપસ્વિષુ.(૯)

તે જ રીતે પૃથ્વીમાં ઉત્તમ ગંધ હું છું,અગ્નિમાં તેજ હું છું,
સર્વ ભૂતોમાં જીવન હું છું અને તપસ્વીઓનું તપ પણ હું જ છું.(૯)

બીજં માં સર્વભૂતાનાં વિદ્ધિ પાર્થ સનાતનમ્,
બુદ્ધિર્બુદ્ધિમતામસ્મિ તેજસ્તેજસ્વિનામહમ્.(૧૦)

હે પાર્થ ! સર્વ ભૂતોનું સનાતન બીજ હું છું,
બુધ્ધિશાળીઓની બુધ્ધિ અને તેજસ્વીઓનું તેજ હું છું.(૧૦)

બલં બલવતામસ્મિ કામરાગવિવર્જિતમ્,
ધર્માવિરુદ્ધો ભૂતેષુ કામોસ્મિ ભરતર્ષભ.(૧૧)

બળવાનો માં વાસના અને દ્રેષ વિનાનું બળ હું છું,હે ભરતશ્રેષ્ઠ !
ધર્મ વિરુધ્ધ જાય નહિ તેવો સર્વ પ્રાણીઓમાં "કામ" પણ હું છું.(૧૧)

યે ચૈવ સાત્ત્વિકા ભાવા રાજસાસ્તામસાશ્ચ યે,
મત્ત એવેતિ તાન્વિદ્ધિ નત્વહં તેષુ તે મયિ.(૧૨)

જે સાત્વિક,રાજસ ને તામસ-વિકારો છે તે પણ મારાથી ઉત્પન થયેલા છે,
પરંતુ હું તેમાં સમાયેલો નથી, તેઓ મારામાં સમાયેલા છે.(૧૨)

ત્રિભિર્ગુણમયૈર્ભાવૈરેભિઃ સર્વમિદં જગત્,
મોહિતં નાભિજાનાતિ મામેભ્યઃ પરમવ્યયમ્.(૧૩)

આ ત્રિગુણાત્મક વિકારોથી સમસ્ત જગત મોહિત થઇ ગયું છે,તેથી ગુણાતીત અને અવિનાશી એવા મને એ જગત જાણતું નથી.(૧૩)

દૈવી હ્યેષા ગુણમયી મમ માયા દુરત્યયા,
મામેવ યે પ્રપદ્યન્તે માયામેતાં તરન્તિ તે.(૧૪)

કેમકે અતિ દિવ્ય અને ત્રિગુણાત્મક એવી મારી માયા દુસ્તર છે.જે મનુષ્ય
મારા શરણે આવે છે તે જ એ માયા રૂપી નદીને તરી જાય છે.(૧૪)

ન માં દુષ્કૃતિનો મૂઢાઃ પ્રપદ્યન્તે નરાધમાઃ,
માયયાપહૃતજ્ઞાના આસુરં ભાવમાશ્રિતાઃ.(૧૫)

આ દુસ્તર માયાથી જેમનું જ્ઞાન નષ્ટ થયું છે તથા
જેમણે આસુરી પ્રકૃતિનો આશ્રય કર્યો છે
તેવા પાપી,મૂઢ અને નરાધમ મનુષ્યો મારે શરણે આવતા નથી.(૧૫)

ચતુર્વિધા ભજન્તે માં જનાઃ સુકૃતિનોર્જુન,
આર્તો જિજ્ઞાસુરર્થાર્થી જ્ઞાની ચ ભરતર્ષભ.(૧૬)

હે ભરતશ્રેષ્ઠ ! આર્ત ,જિજ્ઞાસુ,અર્થાથી અને જ્ઞાની,
એમ ચાર પ્રકારના મનુષ્યો મને ભજે છે.(૧૬)

તેષાં જ્ઞાની નિત્યયુક્ત કભક્તિર્વિશિષ્યતે,
પ્રિયો હિ જ્ઞાનિનોત્યર્થમહં સ ચ મમ પ્રિયઃ.(૧૭)

તેમાં જ્ઞાની જનો ,નિરંતર મારામાં લીન રહી,
એકનિષ્ઠા થી મારી ભક્તિ કરે છે,તેથી તેઓ શ્રેષ્ઠ છે.
આવા જ્ઞાનીજનો હું અત્યંત પ્રિય છું અને તેઓ મને અત્યંત પ્રિય છે.(૧૭)

ઉદારાઃ સર્વ એવૈતે જ્ઞાની ત્વાત્મૈવ મે મતમ્,
આસ્થિતઃ સ હિ યુક્તાત્મા મામેવાનુત્તમાં ગતિમ્.(૧૮)

એ સર્વશ્રેષ્ઠ છે,પરંતુ જ્ઞાની તો મારો આત્મા છે.એમ હું માનું છું કારણકે
તે મારામાં ચિત પરોવી મને જ સર્વોતમ માની મારો આશ્રય કરે છે.(૧૮)

બહૂનાં જન્મનામન્તે જ્ઞાનવાન્માં પ્રપદ્યતે,
વાસુદેવઃ સર્વમિતિ સ મહાત્મા સુદુર્લભઃ.(૧૯)

"અનેક જન્મો પછી સર્વ કંઇ વાસુદેવ રૂપ છે " જેને એવું જ્ઞાન પરિપક્વ થયું છે,
એવા જ્ઞાનીને મારી પ્રાપ્તિ થાય છે એવા મહાત્મા અતિ દુર્લભ છે.(!(૧૯)

કામૈસ્તૈસ્તૈર્હૃતજ્ઞાનાઃ પ્રપદ્યન્તેન્યદેવતાઃ,
તં તં નિયમમાસ્થાય પ્રકૃત્યા નિયતાઃ સ્વયા.(૨૦)

જે અજ્ઞાનીઓ નું પોતાના સ્વભાવને વશ થવાથી
અને વિવિધ કામનાઓથી જ્ઞાન નષ્ટ થયું છે

તે મારા-આત્મસ્વરૂપ વાસુદેવથી ભિન્ન ઈતર દેવતાઓની ઉપાસના કરે છે.(૨૦)

યો યો યાં યાં તનું ભક્તઃ શ્રધ્ધયાર્ચિતુમિચ્છતિ,
તસ્ય તસ્યાચલાં શ્રધ્ધાં તામેવ વિદધામ્યહમ્.(૨૧)

જે ભક્ત , જે દેવતામાં ભક્તિભાવથી તેની આરાધના કરે છે,
તેની તે શ્રધ્ધાને તે દેવતામાં હું જ સ્થિર કરું છું.(૨૧)

સ તયા શ્રધ્ધયા યુક્તસ્તસ્યારાધનમીહતે,
લભતે ચ તતઃ કામાન્મયૈવ વિહિતાન્ હિ તાન્.(૨૨)

એ તે પ્રકારની શ્રધ્ધા રાખી તે દેવની આરાધના કરે છે
અને પછી મેં નિર્માણ કરેલી તેની તે કામનાઓ પૂર્ણ થાય છે.(૨૨)

અન્તવત્તુ ફલં તેષાં તદ્ભવત્યલ્પમેધસામ્,
દેવાન્દેવયજો યાન્તિ મદ્ભક્તા યાન્તિ મામપિ.(૨૩)

અન્ય દેવતાઓને ભજવાથી અજ્ઞાની મનુષ્યોને પ્રાપ્ત થયેલું તે ફળ નાશવંત
હોય છે.દેવતાઓના ભક્ત દેવતાઓને પામે છે,મારા ભક્તો મને પામે છે.(૨૩)

અવ્યક્તં વ્યક્તિમાપન્નં મન્યન્તે મામબુધ્ધયઃ,
પરં ભાવમજાનન્તો મમાવ્યયમનુત્તમમ્.(૨૪)

મારા ઉત્કૃષ્ટ, અવિનાશી અને અતિ ઉત્તમ ભાવને ન જાણનારા અજ્ઞાની લોકો,
હું (બ્રહ્મ તરીકે) અવ્યક્ત,નિરાકાર હોવા છતાં મને સાકાર માને છે.(૨૪)

નાહં પ્રકાશઃ સર્વસ્ય યોગમાયાસમાવૃતઃ,
મૂઢોયં નાભિજાનાતિ લોકો મામજમવ્યયમ્.(૨૫)

હું યોગમાયાથી આવરાયેલો છું,આથી સર્વ ને સ્પષ્ટ પણે દેખાતો નથી.
આથી મૂઢ મનુષ્યો અજન્મા અને અવિનાશી એવા મને જાણતા નથી.(૨૫)

વેદાહં સમતીતાનિ વર્તમાનાનિ ચાર્જુન,
ભવિષ્યાણિ ચ ભૂતાનિ માં તુ વેદ ન કશ્ચન.(૨૬)

હે અર્જુન ! પહેલાં થઇ ગયેલા , અત્યારે થઇ રહેલા અને હવે પછી થનારા
સઘળા ભૂતોને (પ્રાણીઓને) હું જાણું છું,પરંતુ મને કોઈ જાણતું નથી.(૨૬)

ઇચ્છાદ્વેષસમુત્થેન દ્વન્દ્વમોહેન ભારત,
સર્વભૂતાનિ સંમોહં સર્ગે યાન્તિ પરન્તપ.(૨૭)

હે પરંતપ ! ઈચ્છા અને ઈર્ષાથી ઉત્પન થયેલા સુખદુઃખ રૂપી મોહથી સર્વ ભૂતો
(પ્રાણીઓ) પ્રમાદી બનીને ઉત્પતિ સમયે ઘણી દ્વિધા માં પડી જાય છે.(૨૭)

યેષાં ત્વન્તગતં પાપં જનાનાં પુણ્યકર્મણામ્,
તે દ્વન્દ્વમોહનિર્મુક્તા ભજન્તે માં દૃઢવ્રતાઃ(૨૮).

પરંતુ સતકર્મો ના પુણ્ય ભાવે જેનાં પાપો નાશ પામ્યાં છે, તે દઢ નિશ્ચયી
મનુષ્યો સુખદુઃખની મોહજાળ થી મુક્ત થઇ ને મને ભજે છે.(૨૮)

જરામરણમોક્ષાય મામાશ્રિત્ય યતન્તિ યે,
તે બ્રહ્મ તદ્વિદુઃ કૃત્સ્નમધ્યાત્મં કર્મ ચાખિલમ્.(૨૯)

જેઓ મારો આશ્રય કરી જરા-મૃત્યુથી મુક્ત થવાનો યત્ન કરે છે, તેઓ જ બ્રહ્મને
જાણી શકે છે.યત્નથી તેઓ અધ્યાત્મ તથા સર્વ કર્મને પણ જાણે છે.(૨૯)

સાધિભૂતાધિદૈવં માં સાધિયજ્ઞં ચ યે વિદુઃ,
પ્રયાણકાલેપિ ચ માં તે વિદુર્યુક્તચેતસઃ.(૩૦)

જે યોગી અધિભૂત,અધિદૈવ અને અધિયજ્ઞ સહીત મને જાણે છે,
તે સ્વસ્થચિત્ત પુરુષો મરણ સમયે પણ મને જ જાણે છે.(૩૦)

<u>અધ્યાય-૭-જ્ઞાનવિજ્ઞાનયોગ -સમાપ્ત.</u>

<u>ટૂંકસાર-અધ્યાય -૭-જ્ઞાનવિજ્ઞાન યોગ</u>

કૃષ્ણ—હે અર્જુન,જે જાણીને તારે બીજું કંઇ જ જાણવાનું બાકી ના રહે
તે જ્ઞાન,વિજ્ઞાન સહિત તને કહું છું.
હજારો મનુષ્ય માં કોઈ એક જ મારી પ્રાપ્તિ માટે પ્રયાસ કરે છે.અને આ પ્રયાસ
કરનારાઓમાં કોઈ એકાદ જ મને સત્ય સ્વરૂપે ઓળખી શકે છે.(૨-૩)

પૃથ્વી,જળ,તેજ,વાયુ,આકાશ,મન,બુધ્ધિ અને અહંકાર એમ આઠ ભાગમાં
વિભાજીત મારી પ્રકૃતિ છે.જેને -અપરા પ્રકૃતિ -પણ કહે છે.
આનાથી ભિન્ન એવી મારી જે -જીવભૂત- પરા પ્રકૃતિ -છે,
જેના થી આ જગત ધારણ કરાયેલું છે.

આ બન્ને પ્રકૃતિ ઓ દ્વારા હું ઉત્પત્તિ અને સંહાર નું કાર્ય કરું છું.
મારાથી શ્રેષ્ઠ કાંઇજ જ નથી.દોરીમાં મણકા પરોવાયેલા હોય છે
તેમ –સર્વ જગત મારામાં ગુંથાયેલું છે.(૪-૫-૬)

સાત્વિક,રાજસિક અને તામસિક (ત્રિગુણાત્મક)વિકારો મારાથી જ ઉત્પન્ન
થયેલા છે.તેમના માં હું નથી પણ તે મારામાં છે.
આ વિકારોથી (માયાથી) જગત મોહિત થાય છે.
અને ગુણો થી પર એવા મને ઓળખી શકતું નથી.
<u>આ માયાને પાર કરવી મુશ્કેલ છે.</u>
<u>જે મારે શરણે આવે છે તે જ આ માયાને તરી જાય છે</u>.(૧૨-૧૩-૧૪)

ચાર પ્રકારના લોકો મને ભજે છે.આર્ત (રોગથી પીડિત),જિજ્ઞાસુ
(ભગવત્ત તત્વને જાણવા ઇચ્છનાર),અર્થાર્થી(ભોગ ઇચ્છનાર) ને જ્ઞાની .(૧૬)

આ સર્વેમાં જ્ઞાની ને હું અત્યંત પ્રિય અને તે મને અત્યંત પ્રિય છે
તે મારો "આત્મા" છે.
"સર્વ કૈ વાસુદેવ સ્વરૂપ છે"એવું જ્ઞાન જેને પ્રતીત થયું છે,
તેને મારી પ્રાપ્તિ થાય છે.
અને આવો મહાત્મા મળવો અતિ દુર્લભ છે.(૧૬-૧૯)

<u>અજ્ઞાની લોકોને મારા ઉત્કૃષ્ટ,અવિનાશી અને અતિ ઉત્તમ ભાવની</u>
<u>જાણ થતી નથી અને હું અવ્યક્ત હોવા છતાં મને દેહધારી માને છે</u>...(૨૪)

યોગમાયાથી આવૃત થયેલો એવો જે હું.
તે સર્વ ને સ્પષ્ટ દેખાતો નથી એથી તે મને જાણતા નથી...(૨૫)

'ઇચ્છા' અને 'દ્વેષ' થી ઉત્પન્ન થતા 'સુખદુઃખ'રૂપી દ્વંદના મોહથી
ભ્રમિત થયેલા આ જગતના માનવીઓ ભુલાવામાં રહે છે.
દેવતાઓનું પૂજન કરીને દેવતાઓને મળે છે.
દેવતાઓ થી પ્રાપ્ત થનારું ફળ નાશવંત હોય છે
જયારે મારા ભક્તો મને આવી મળે છે.(૨૩)

જે યોગીઓ
અધિભૂત (મહાભુતોમાં રહેલા),
અધિદૈવ (દેવોમાં રહેલા),
અને અધિયજ્ઞ (યજ્ઞમાં રહેલા)
સાથે મને જાણે છે
તે મૃત્યુ સમયે પણ સ્થિર મનવાળા રહીને મને જાણે છે.(૩૦)

અધ્યાય-૮-અક્ષરબ્રહ્મયોગ

અર્જુન ઉવાચ-
કિં તદ્‌બ્રહ્મ કિમધ્યાત્મં કિં કર્મ પુરુષોત્તમ,
અધિભૂતં ચ કિં પ્રોક્તમધિદૈવં કિમુચ્યતે.(૧)

અર્જુન કહે : હે પુરુષોત્તમ ! બ્રહ્મ એટલે શું? અધ્યાત્મ એટલે શું?
કર્મ એટલે શું? અધિભૂત શાને કહે છે? અને અધિદૈવ કોને કહે છે?(૧)

અધિયજ્ઞઃ કથં કોત્ર દેહેસ્મિન્મધુસૂદન,
પ્રયાણકાલે ચ કથં જ્ઞેયોસિ નિયતાત્મભિઃ.(૨)

હે મધુ સુદન ! આ દેહમાં અધિયજ્ઞ કોણ છે ? તે કેવો છે ? જેણે અંતઃકરણને
જીતી લીધુ છે,એવો યોગી મરણ સમયે તમને કેવી રીતે જાણે છે ? (૨)

શ્રી ભગવાનુવાચ-
અક્ષરં બ્રહ્મ પરમં સ્વભાવોધ્યાત્મમુચ્યતે,
ભૂતભાવોદ્‌ભવકરો વિસર્ગઃ કર્મસંજ્ઞિતઃ.(૩)

શ્રી ભગવાન કહે છે : બ્રહ્મ અવિનાશી અને સર્વ શ્રેષ્ઠ છે.
તેનો સ્વ-ભાવ અધ્યાત્મ છે. પ્રાણીની ઉત્પત્તિને લીધે જે વિસર્ગ થયો તે,
અને,દેવોને ઉદ્દેશી યજ્ઞમાં કરેલું દ્રવ્યપ્રદાન,તેને કર્મ કહે છે.(૩)

અધિભૂતં ક્ષરો ભાવઃ પુરુષશ્ચાધિદૈવતમ્‌,
અધિયજ્ઞોહમેવાત્ર દેહે દેહભૃતાં વર.(૪)

હે નરશ્રેષ્ઠ ! જે નાશવંત પદાર્થો છે તે અધિભૂત છે.
પુરુષ (ચૈતન્ય અધિષ્ઠાતા) અધિદૈવ છે.
આ દેહમાં જે સાક્ષીભૂત છે તે હું અધિયજ્ઞ છું.(૪)

અન્તકાલે ચ મામેવ સ્મરન્મુક્ત્વા કલેવરમ્‌,
યઃ પ્રયાતિ સ મદ્‌ભાવં યાતિ નાસ્ત્યત્ર સંશયઃ.(૫)

વળી જે અંતઃકાળે મારું સ્મરણ કરતાં કરતાં શરીરનો ત્યાગ કરે છે,
તે મારા સ્વરૂપમાં સમાઈ જાય છે,તેમાં શંકાને સ્થાન નથી.(૫)

યં યં વાપિ સ્મરન્ભાવં ત્યજત્યન્તે કલેવરમ્‌,
તં તમેવૈતિ કૌન્તેય સદા તદ્‌ભાવભાવિતઃ.(૬)

અથવા હે કાંતેય ! જે મનુષ્યો મનમાં જે જે ભાવ રાખીને અંતે દેહ છોડે છે,
તે બીજા જન્મમાં તે તે ભાવથી યુક્ત થઇને તે જન્મે છે.(૬)

તસ્માત્સર્વેષુ કાલેષુ મામનુસ્મર યુધ્ય ચ,
મય્યર્પિતમનોબુદ્ધિર્મામેવૈષ્યસ્યસંશયમ્.(૭)

માટે હે પાર્થ ! મન અને બુદ્ધિને મારામાં અર્પણ કરીને સદૈવ મારું ચિંતન કર
અને યુધ્દ કર,એટલે તે કર્મ મારામાં જ આવી મળશે તેમાં સંશય નથી. (૭)

અભ્યાસયોગયુક્તેન ચેતસા નાન્યગામિના,
પરમં પુરુષં દિવ્યં યાતિ પાર્થાનુચિન્તયન્.(૮)

હે પાર્થ ! પોતાના ચિત્તને ક્યાંય ન જવા દેતાં યોગાભ્યાસના સાધનથી
ચિત્તને એકાગ્ર કરીને જે મારું ચિંતન કરે છે,તે તેજોમય પુરુષમાં મળી જાય છે.(૮)

કવિં પુરાણમનુશાસિતાર-મણોરણીયાંસમનુસ્મરેદ્યઃ,
સર્વસ્ય ધાતારમચિન્ત્યરૂપ-માદિત્યવર્ણં તમસઃ પરસ્તાત્.(૯)

સર્વજ્ઞ ,સર્વના નિયંતા,આદિ,સુક્ષ્માતિસુક્ષ્મ ,સર્વના પોષક ,અચિંત્યરૂપ સૂર્ય જેવા
તેજસ્વી અને તમોગુણથી અલિપ્ત એવા દિવ્ય પરમ પુરુષનું ચિંતન કરેછે.(૯)

પ્રયાણકાલે મનસાચલેનભક્ત્યા યુક્તો યોગબલેન ચૈવ,
ભ્રુવોર્મધ્યે પ્રાણમાવેશ્ય સમ્યક્સ તં પરં પુરુષમુપૈતિ દિવ્યમ્.(૧૦)

અંતકાળે જે મનુષ્ય મન સ્થિર કરી,ભક્તિવાળો થઈને
યોગબળે બે ભ્રમરોની વચ્ચે પ્રાણને ઉત્તમ પ્રકારે સ્થિર કરે છે,
એ -તે દિવ્ય પરમ પુરુષમાં લીન થઇ જાય છે.(૧૦)

યદક્ષરં વેદવિદો વદન્તિવિશન્તિ યદ્યતયો વીતરાગાઃ,
યદિચ્છન્તો બ્રહ્મચર્યં ચરન્તિતત્તે પદં સંગ્રહેણ પ્રવક્ષ્યે.(૧૧)

વેદવેત્તાઓ જે પરમ તત્વને અક્ષર કહે છે, તે,જેમના કામ ક્રોધનો નાશ થયો છે
એવા સંન્યાસી જે સ્વરૂપને પ્રાપ્ત કરે છે અને જેની પ્રાપ્તિ માટે
બ્રહ્મચારીઓ બ્રહ્મચર્ય વ્રત પાળે છે તે પદને હું તને ટૂંક માં કહીશ.(૧૧)

સર્વદ્વારાણિ સંયમ્ય મનો હૃદિ નિરુધ્ય ચ,
મૂર્ધ્ન્યાધાયાત્મનઃ પ્રાણમાસ્થિતો યોગધારણામ્.(૧૨)

જે ઈન્દ્રિયોરૂપી સર્વ દ્વારોનો નિરોધ કરી ,ચિત્તને હૃદયમાં સ્થિર કરી ,ભ્રુકુટીના
મધ્યભાગમાં પોતાના પ્રાણવાયુને સ્થિર કરી યોગાભ્યાસમાં સ્થિર થાય.(૧૨)

ઓમિત્યેકાક્ષરં બ્રહ્મ વ્યાહરન્મામનુસ્મરન્,
યઃ પ્રયાતિ ત્યજન્દેહં સ યાતિ પરમાં ગતિમ્.(૧૩)

બ્રહ્મવાચક એકાક્ષર ૐ નો ઉચ્ચાર કરીને મારું જે સ્મરણ કરતો દેહત્યાગ કરે છે
તે ઉત્તમ ગતિને પામેછે.(૧૩)

અનન્યચેતાઃ સતતં યો માં સ્મરતિ નિત્યશઃ,
તસ્યાહં સુલભઃ પાર્થ નિત્યયુક્તસ્ય યોગિનઃ.(૧૪)

હે પાર્થ ! જે યોગી એકાગ્રચિત્તે સદા મારું સ્મરણ કરે છે,
જે સદા સમાધાન યુક્ત હોય છે,તેને હું સહજતાથી પ્રાપ્ત થાઉં છું.(૧૪)

મામુપેત્ય પુનર્જન્મ દુઃખાલયમશાશ્વતમ્,
નાપ્નુવન્તિ મહાત્માનઃ સંસિદ્ધિં પરમાં ગતાઃ.(૧૫)

એ પરમ સિદ્ધિ પ્રાપ્ત મહાત્માઓ પછી દુઃખનું સ્થાન
અને અશાશ્વત એવા જન્મને પામતા નથી.(૧૫)

આબ્રહ્મભુવનાલ્લોકાઃ પુનરાવર્તિનોર્જુન,
મામુપેત્ય તુ કૌન્તેય પુનર્જન્મ ન વિદ્યતે.(૧૬)

હે અર્જુન ! બ્રહ્મલોક સુધીના સર્વલોક ઉત્પતિ અને વિનાશને આધીન છે.
પરંતુ હે કાંતેય ! ફક્ત મારી પ્રાપ્તિ થયા પછી પુનર્જન્મ થતો નથી.(૧૬)

સહસ્રયુગપર્યન્તમહર્યદ્બ્રહ્મણો વિદુઃ,
રાત્રિં યુગસહસ્રાન્તાં તેહોરાત્રવિદો જનાઃ.(૧૭)

કેમકે ચાર હજાર યુગ વિતે છે ત્યારે બ્રહ્મદેવનો એક દિવસ થાય છે
અને પછી તેટલા જ સમય ની રાત્રિ આવે છે.
આ વાત રાત્રિ-દિવસને જાણનારા મનુષ્યો જ જાણે છે.(૧૭)

અવ્યક્તાદ્વ્યક્તયઃ સર્વાઃ પ્રભવન્ત્યહરાગમે,
રાત્ર્યાગમે પ્રલીયન્તે તત્રૈવાવ્યક્તસંજ્ઞકે.(૧૮)

દિવસ શરૂ થતાં અવ્યક્તમાંથી સર્વ ભૂતોનો ઉદય થાય છે.
અને રાત્રિનું આગમન થતાં જ તે સર્વ અવ્યક્તમાં લય પામે છે.(૧૮)

ભૂતગ્રામઃ સ એવાયં ભૂત્વા ભૂત્વા પ્રલીયતે,
રાત્ર્યાગમેવશઃ પાર્થ પ્રભવત્યહરાગમે.(૧૯)

હે પાર્થ ! તે સર્વ ચરાચર ભૂતોનો સમુદાય પરાધીન હોવાથી ફરી ફરી ઉત્પન થાય
છે અને રાત્રિ આવતાં લય પામે છે.અને ફરી દિવસ થતાં પુનઃ ઉત્પન થાય છે.(૧૯)

પરસ્તસ્માત્તુ ભાવોન્યોવ્યક્તોવ્યક્તાત્સનાતનઃ,
યઃ સ સર્વેષુ ભૂતેષુ નશ્યત્સુ ન વિનશ્યતિ.(૨૦)

સર્વ ચરાચરનો નાશ થયા પછી પણ જે નાશ પામતો નથી ,
એ, તે અવ્યક્તથી પર,ઇન્દ્રિયોથી અગોચર તથા અવિનાશી બીજો ભાવ છે.(૨૦)

અવ્યક્તોક્ષર ઇત્યુક્તસ્તમાહુઃ પરમાં ગતિમ્,
યં પ્રાપ્ય ન નિવર્તન્તે તદ્ધામ પરમં મમ.(૨૧)

જે અવ્યક્ત ભાવ અક્ષર સંજ્ઞાથી પ્રસિદ્ધ છે તેને જ પરમગતિ કહેવામાં આવે છે.
જ્યાં જ્ઞાનીઓ પહોચ્યા પછી પુન: પાછા આવતા નથી તે જ મારું પરમધામ છે.(૨૧)

પુરુષઃ સ પરઃ પાર્થ ભક્ત્યા લભ્યસ્ત્વનન્યયા,
યસ્યાન્તઃસ્થાનિ ભૂતાનિ યેન સર્વમિદં તતમ્.(૨૨)

હે પાર્થ ! જેમાં સર્વ ભૂતોનો સમાવેશ થાય છે અને જેનાથી આ
સમસ્ત જગત વ્યાપ્ત છે,તે પરમ પુરુષ અનન્ય ભક્તિથી જ પ્રાપ્ત થાય છે.(૨૨)

યત્ર કાલે ત્વનાવૃત્તિમાવૃત્તિં ચૈવ યોગિનઃ,
પ્રયાતા યાન્તિ તં કાલં વક્ષ્યામિ ભરતર્ષભ.(૨૩)

હે ભરતશ્રેષ્ઠ ! જે કાળે યોગીઓ મૃત્યુ પામી, પાછા જન્મતા નથી અને
જે કાળે મૃત્યુ પામીને પાછા જન્મે છે, તે કાળ હું તને કહું છું.(૨૩)

અગ્નિર્જ્યોતિરહઃ શુક્લઃ ષણ્માસા ઉત્તરાયણમ્,
તત્ર પ્રયાતા ગચ્છન્તિ બ્રહ્મ બ્રહ્મવિદો જનાઃ.(૨૪)

અગ્નિ ,જ્યોતિ,દિવસ, શુક્લપક્ષ અને ઉત્તરાયણના છ માસમાં
મૃત્યુ પામનાર બ્રહ્મવેત્તાઓ બ્રહ્મ ને જઈ મળે છે.(૨૪)

ધૂમો રાત્રિસ્તથા કૃષ્ણઃ ષણ્માસા દક્ષિણાયનમ્,
તત્ર ચાન્દ્રમસં જ્યોતિર્યોગી પ્રાપ્ય નિવર્તતે.(૨૫)

ધૂમ્ર, રાત, કૃષ્ણપક્ષ તથા દક્ષિણાયનના છ માસમાં મૃત્યુ પામનાર યોગી
ચન્દ્રલોકમાં ભોગો ભોગવી આગળ ન જતાં પાછા વળે છે.(૨૫)

શુક્લકૃષ્ણે ગતી હ્યેતે જગતઃ શાશ્વતે મતે,
એકયા યાત્યનાવૃત્તિમન્યયાવર્તતે પુનઃ.(૨૬)

આ જગતની શુક્લ અને કૃષ્ણ એમ બે ગતિ શાશ્વત માનવામાં આવી છે.
એક ગતિથી જનાર યોગીને પાછા ફરવું પડતું નથી
અને બીજી ગતિથી જનાર યોગીને પાછા ફરવું પડે છે.(૨૬)

નૈતે સૃતી પાર્થ જાનન્યોગી મુહ્યતિ કશ્ચન,
તસ્માત્સર્વેષુ કાલેષુ યોગયુક્તો ભવાર્જુન.(૨૭)

હે પાર્થ ! આ બે માર્ગને જાણનારો કોઈ પણ યોગી મોહમાં ફસાતો નથી.
એટલા માટે તું સર્વ કાળમાં યોગયુક્ત બન.(૨૭)

વેદેષુ યજ્ઞેષુ તપઃસુ ચૈવદાનેષુ યત્પુણ્યફલં પ્રદિષ્ટમ્,
અત્યેતિ તત્સર્વમિદં વિદિત્વાયોગી પરં સ્થાનમુપૈતિ ચાદ્યમ્.(૨૮)

આ બધું જાણ્યા પછી વેદ,યજ્ઞ ,તપ અને દાન દ્વારા થતી જે પુણ્યફળની
પ્રાપ્તિ કહી છે,તે સર્વ પુણ્ય પ્રાપ્તિનું અતિક્રમણ કરીને
યોગી આદ્ય તથા ઉત્કૃષ્ટ સ્થાનને જ પ્રાપ્ત કરે છે.(૨૮)

અધ્યાય-૮-અક્ષર-બ્રહ્મ-યોગ સમાપ્ત.

ટૂંકસાર-અધ્યાય-૮ -અક્ષરબ્રહ્મ યોગ

અર્જુન-હે કૃષ્ણ ,તે બ્રહ્મ, શું છે?અધ્યાત્મ શું છે?કર્મ શું છે?અધિભૂત,અધિદૈવ,
અધિયજ્ઞ શું છે?એકાગ્ર ચિત્ત વાળાઓ મરણ કાળે તમને શી રીતે જાણે છે?.(૧-૨)

કૃષ્ણ –હે અર્જુન ,--અક્ષર,અવિનાશી પરમાત્મા 'બ્રહ્મ' કહેવાય છે.
તેનો 'સ્વ-ભાવ'(ચૈતન્ય-આત્મા) 'અધ્યાત્મ' કહેવાય છે.અને
પ્રાણી માત્રને ઉત્પન્ન કરનારી સૃષ્ટિ ક્રિયા તે 'કર્મ' કહેવાય છે.
નાશવાન પદાર્થ (શરીર) 'અધિભૂત' છે,
હિરણ્ય ગર્ભ પુરુષ (ચૈતન્યને આપનાર) 'અધિ દૈવ' છે.અને
શરીરમાં ચૈતન્ય રૂપે (આત્મા રૂપે) 'અધિ યજ્ઞ" છે..(૩-૪)

મરણ વખતે મારું સ્મરણ કરતાં કરતાં જે મનુષ્ય શરીર છોડી જાય,તે મારા સ્વરૂપને
પામે છે તેમાં કોઈ શંકા નથી.અથવા મનુષ્ય અંતકાળે જે વસ્તુ(ભાવના) ને યાદ
કરતો શરીર છોડે છે,તેને જ તે પામે છે.
કારણ કે તે મનુષ્ય સદા 'તેવી' ભાવના વાળો હોય છે..(૫-૬)
ઇન્દ્રિયોના સર્વ દ્વારોનો નિરોધ કરી,મનને હૃદયમાં સ્થિર કરી,કપાળમાં ભ્રકુટીના
મધ્ય ભાગમાં પોતાના પ્રાણવાયુને સ્થિર કરી.જે પુરુષ 'ૐ' એવા એકાક્ષરનો જપ
કરતો અને મારું સ્મરણ કરતાં દેહ છોડે છે,તે પરમગતિને પ્રાપ્ત થાય છે..(૧૨-૧૩)
બ્રહ્મ લોક પર્યત્ન ના સર્વ લોક ઉત્પત્તિ અને વિનાશ ને આધીન છે.
પણ માત્ર મારી પ્રાપ્તિ પછી પુનર્જન્મ થતો નથી.(૧૬)

જેમાં સર્વ ભૂતોનો સમાવેશ થઇ જાય અને જેનાથી આ સર્વ જગત વ્યાપ્ત છે,
તે પરમ પુરુષ પરમાત્મા અનન્ય ભક્તિ વડે જ પ્રાપ્ત થાય છે..(૨૨)
શુક્લ અને કૃષ્ણ એવી બે ગતિ મનાય છે.એકથી(દેવયાન)જનાર યોગીને પાછા
આવવું પડતું નથી જયારે બીજીથી(પિતૃયાન) જનાર યોગીને પાછા આવવું પડે છે.
આ બે માર્ગ ને જાણનાર યોગી મોહ માં પડતો નથી..(૨૬-૨૭)
વેદ,તપ,યજ્ઞ અને દાન દ્વારા થતી જે પુણ્યફળ ની પ્રાપ્તિ બતાવી છે,સર્વ પુણ્યપ્રાપ્તિથી
પણ આગળ વધીને યોગી આદિ અને ઉત્કૃષ્ટ સ્થાન ને પ્રાપ્ત થાય છે.(૨૮)

અધ્યાય-૯-રાજવિદ્યા-રાજગુહ્ય યોગ

શ્રી ભગવાનુવાચ-
ઇદં તુ તે ગુહ્યતમં પ્રવક્ષ્યામ્યનસૂયવે,
જ્ઞાનં વિજ્ઞાનસહિતં યજ્જ્ઞાત્વા મોક્ષ્યસેઽશુભાત્.(૧)

શ્રી ભગવાન બોલ્યાઃ હે અર્જુન ! જે જાણવાથી
તું આ અશુભ સંસારથી મુક્ત થઈશ.એવું અત્યંત ગુહ્ય જ્ઞાન છે
તે તારા જેવા નિર્મળને હું વિજ્ઞાન સહિત કહી સંભળાવું છું.(૧)

રાજવિદ્યા રાજગુહ્યં પવિત્રમિદમુત્તમમ્,
પ્રત્યક્ષાવગમં ધર્મ્યં સુસુખં કર્તુમવ્યયમ્.(૨)

આ જ્ઞાન સર્વ વિદ્યાઓનો રાજા છે, સર્વ ગુહ્યમાં શ્રેષ્ઠ છે, પવિત્ર છે,
ઉત્તમ છે,પ્રત્યક્ષ અનુભવમાં લેવાય એવું છે,
ધર્માનુસાર છે,સુખપૂર્વક પ્રાપ્ત થનારું અને અવિનાશી છે.(૨)

અશ્રદ્દધાનાઃ પુરુષા ધર્મસ્યાસ્ય પરન્તપ,
અપ્રાપ્ય માં નિવર્તન્તે મૃત્યુસંસારવર્ત્મનિ.(૩)

હે પરંતપ ! ધર્મમાં શ્રદ્ધા ન રાખનારા પુરુષો
મારી પ્રાપ્તિ ન થવાથી મૃત્યુયુક્ત સંસારના માર્ગમાં જ ભમ્યા કરે છે.(૩)

મયા તતમિદં સર્વં જગદવ્યક્તમૂર્તિના,
મત્સ્થાનિ સર્વભૂતાનિ ન ચાહં તેષ્વવસ્થિતઃ.(૪)

હું અવ્યક્તસ્રૂપ છું, સકળ જગત મારાથી વ્યાપ્ત છે.
મારામાં સર્વ ભૂતો સ્થિત છે,પરંતુ હું તેમનામાં સ્થિત નથી.(૪)

ન ચ મત્સ્થાનિ ભૂતાનિ પશ્ય મે યોગમૈશ્વરમ્,
ભૂતભૃન્ન ચ ભૂતસ્થો મમાત્મા ભૂતભાવનઃ.(૫)

ભૂતો મારામાં નથી, એવી મારી ઈશ્વરી અદભૂત ઘટના જો.
હું ભૂતોને ધારણ કરુંછું છતાં ભૂતોમાં હું રહેતો નથી.
મારો આત્મા ભૂતોની ઉત્પતિ અને સંરક્ષણ કરનારો છે.(૫)

યથાકાશસ્થિતો નિત્યં વાયુઃ સર્વત્રગો મહાન્,
તથા સર્વાણિ ભૂતાનિ મત્સ્થાનીત્યુપધારય.(૬)

જેવી રીતે સર્વત્ર વિચરનાર પ્રચંડ વાયુ કાયમ આકાશમાં જ હોય છે,
તેમ સર્વ ભૂતો મારામાં સ્થિત છે એમ તું માન.(૬)

સર્વભૂતાનિ કૌન્તેય પ્રકૃતિં યાન્તિ મામિકામ્,
કલ્પક્ષયે પુનસ્તાનિ કલ્પાદૌ વિસૃજામ્યહમ્.(૭)

હે કાંતેય ! સર્વ ભૂતો કલ્પ ના અંતે મારી પ્રકૃતિમાં જ લીન થાય છે
અને કલ્પ ના આરંભમાં ફરી હું જ એને ઉત્પન કરું છું.(૭)

પ્રકૃતિં સ્વામવષ્ટભ્ય વિસૃજામિ પુનઃ પુનઃ,
ભૂતગ્રામમિમં કૃત્સ્નમવશં પ્રકૃતેર્વશાત્.(૮)

આ પ્રમાણે હું મારી પોતાની પ્રકૃતિનો આશ્રય કરીને સ્વભાવથી પરતંત્ર એવા
આ ભૂત સમુદાયને ફરી ફરી લીન કરું છું અને ઉત્પન કરું છું.(૮)

ન ચ માં તાનિ કર્માણિ નિબધ્નન્તિ ધનઞ્જય,
ઉદાસીનવદાસીનમસક્તં તેષુ કર્મસુ.(૯)

હે ધનંજય ! કર્મો પ્રત્યે ઉદાસીન પુરુષ પ્રમાણે,
આસક્તિ વગરના રહેલા.(એવા) મને તે કર્મો બંધન કરતાં નથી.(૯)

મયાધ્યક્ષેણ પ્રકૃતિઃ સૂયતે સચરાચરમ્,
હેતુનાનેન કૌન્તેય જગદ્વિપરિવર્તતે.(૧૦)

હે કાંતેય ! મારી અધ્યક્ષતાથી આ ત્રિગુણાત્મક પ્રકૃતિ
આ ચરાચર જગતને ઉત્પન કરે છે.એજ કારણથી વિશ્વ ફરતું રહે છે.(૧૦)

અવજાનન્તિ માં મૂઢા માનુષીં તનુમાશ્રિતમ્,
પરં ભાવમજાનન્તો મમ ભૂતમહેશ્વરમ્.(૧૧)

મેં મનુષ્ય દેહ ધારણ કરેલો છે. તેથી મૂઢ મનુષ્યો મારી અવજ્ઞા કરે છે.
હું સર્વ ભૂતોનો ઈશ્વર છું
એવું જે મારું ઉત્કૃષ્ટ સ્વરૂપ છે તેનું જ્ઞાન તેમને હોતું નથી.(૧૧)

મોઘાશા મોઘકર્માણો મોઘજ્ઞાના વિચેતસઃ।
રાક્ષસીમાસુરીં ચૈવ પ્રકૃતિં મોહિનીં શ્રિતાઃ.(૧૨)

તે અજ્ઞાનીઓની આશા ,કર્મો અને જ્ઞાન – સર્વ વ્યર્થ જ છે.
તેઓ વિચારશૂન્ય થઇ જાય છે અને
મોહમાં બાંધનારા રાક્ષસી તથા આસુરી સ્વભાવનો જ આશ્રય કરે છે.(૧૨)

મહાત્માનસ્તુ માં પાર્થ દૈવીં પ્રકૃતિમાશ્રિતાઃ,
ભજન્ત્યનન્યમનસો જ્ઞાત્વા ભૂતાદિમવ્યયમ્.(૧૩)

હે પાર્થ ! જેમણે દૈવી પ્રકૃતિનો આશ્રય કર્યો છે
એવા એકનિષ્ઠ મહાત્માઓ જાણે જ છે કે હું ભૂતોનો આદિ

અને અવિનાશી છું. તેઓ એમ સમજીને જ મને ભજે છે.(૧૩)

સતતં કીર્તયન્તો માં યતન્તશ્ચ દૃઢવ્રતાઃ,
નમસ્યન્તશ્ચ માં ભક્ત્યા નિત્યયુક્તા ઉપાસતે.(૧૪)

નિત્ય ભક્તિપૂર્વક શમાદિ વ્રતોને દઢતાપૂર્વક પાળી તે મહાત્માઓ ,
નિરંતર મારું કીર્તન કરી તથા
ઇન્દ્રિય દમન અને નમસ્કાર કરતાં મારી જ ઉપાસના કરે છે.(૧૪)

જ્ઞાનયજ્ઞેન ચાપ્યન્યે યજન્તો મામુપાસતે,
એકત્વેન પૃથક્ત્વેન બહુધા વિશ્વતોમુખમ્.(૧૫)

જ્ઞાનયજ્ઞથી પૂજનારા કેટલાક મનુષ્યો મારી ઉપાસના કરે છે.
અને વિશ્વતોમુખે રહેલા કેટલાક મનુષ્યો
મારી એકરૂપથી, ભિન્ન ભિન્ન રૂપથી મારી ઉપાસના કરે છે.(૧૫)

અહં ક્રતુરહં યજ્ઞઃ સ્વધાહમહમૌષધમ્,
મંત્રોહમહમેવાજ્યમહમગ્નિરહં હુતમ્.(૧૬)

અગ્નિહોત્ર આદિ શ્રોતયજ્ઞ, વૈશ્વદેવાદિક સ્માર્તયજ્ઞ, પિતૃઓને અર્પણ થતું
" સ્વધા" અન્ન,ઔષધ, મંત્ર, હુત્દ્રવ્ય, અગ્નિ અને હવનકર્મ હું જ છું.(૧૬)

પિતાહમસ્ય જગતો માતા ધાતા પિતામહઃ,
વેદ્યં પવિત્રમોંકાર ઋક્ સામ યજુરેવ ચ.(૧૭)

આ જગતનો પિતા, માતા,પિતામહ એટલે કે
કર્મફળ આપનાર બ્રહ્મદેવ(brahma)નો પિતા,પવિત્ર કરનાર યજ્ઞયાગાદિ કર્મો,
ૐકાર, ઋગવેદ, સામવેદ તથા યજુર્વેદ પણ હું જ છું.(૧૭)

ગતિર્ભર્તા પ્રભુઃ સાક્ષી નિવાસઃ શરણં સુહૃત્,
પ્રભવઃ પ્રલયઃ સ્થાનં નિધાનં બીજમવ્યયમ્.(૧૮)

પ્રાપ્ત થવા યોગ્ય કર્મફળ ,જગતનો પોષણકર્તા,
સર્વનો સ્વામી ,પ્રાણીઓના શુભાશુભ કર્મોનો સાક્ષી,
સર્વનું નિવાસસ્થાન,શરણાગત વત્સલ,અનપેક્ષ મિત્ર,જગતની ઉત્પતિ,પ્રલયરૂપ
તથા સર્વનો આશ્રય,નિધાન અને અવિનાશી કારણ પણ હું જ છું.(૧૮)

તપામ્યહમહં વર્ષં નિગૃહ્ણામ્યુત્સૃજામિ ચ,
અમૃતં ચૈવ મૃત્યુશ્ચ સદસચ્ચાહમર્જુન.(૧૯)

હે પાર્થ ! સુર્યરૂપે હું તપું છું, વરસાદ પાડનાર અને રોકનાર હું છું,
અમૃત હું છું, મૃત્યુ હું છું,સત અને અસત પણ હું છું.(૧૯)

ત્રૈવિદ્યા માં સોમપાઃ પૂતપાપાયજ્ઞૈરિષ્ટ્વા સ્વર્ગતિં પ્રાર્થયન્તે,
તે પુણ્યમાસાદ્ય સુરેન્દ્રલોક-મશ્નન્તિ દિવ્યાન્દિવિ. દેવભોગાન્.(૨૦)

ત્રણ વેદ જાણનારા,સોમપાન કરનારા,અને તેના યોગથી નિષ્પાપ થયેલા,
યાજ્ઞિકો યજ્ઞ વડે મારું પૂજન કરીને સ્વર્ગ પ્રાપ્તિ માટે મારી પ્રાર્થના કરે છે અને
તેઓ દીક્ષિત પુણ્યનાપ્રભાવે સ્વર્ગમાં જઈ દેવોના ભોગો ભોગવે છે.(૨૦)

તે તં ભુક્ત્વા સ્વર્ગલોકં વિશાલંક્ષીણે પુણ્યે મર્ત્યલોકં વિશન્તિ,
એવ ત્રયીધર્મમનુપ્રપન્નાગતાગતં કામકામા લભન્તે.(૨૧)

તેઓ વિશાળ સ્વર્ગલોકનો ઉપભોગ કરી પુણ્ય સમાપ્ત થતાં પાછા
મૃત્યુલોકમાં આવે છે.આમ ત્રણ વેદમાં નિર્દિષ્ટ કરેલા કેવળ વૈદિક કર્મ કરનારા
કામના પ્રિય લોકો જન્મ-મરણના ચક્કરમાં પડે છે.(૨૧)

અનન્યાસ્ચીન્તયન્તો માં યે જનાઃ પર્યુપાસતે,
તેષાં નિત્યાભિયુક્તાનાં યોગક્ષેમં વહામ્યહમ્.(૨૨)

જે લોકો એકનિષ્ઠ થઈને મારું ચિંતન કરતાં મારી ઉપાસના કરે છે,
એ સર્વદા મારી સાથે નિષ્કામ ભક્તોના યોગક્ષેમને હું ચલાવતો રહું છું.(૨૨)

યેપ્યન્યદેવતા ભક્તા યજન્તે શ્રદ્ધયાન્વિતાઃ,
તેપિ મામેવ કૌન્તેય યજન્ત્યવિધિપૂર્વકમ્.(૨૩)

અન્ય દેવોને ઉપાસતા લોકો શ્રધાયુક્ત થઇ તે દેવતાઓનું પૂજન-યજન કરે છે.
હે કાન્તેય !તેઓ પણ મારું જ યજન કરે છે.
પરંતુ તેમનું એ આચરણ અવિધિપૂર્વકનું હોય છે.(૨૩)

અહં હિ સર્વયજ્ઞાનાં ભોક્તા ચ પ્રભુરેવ ચ,
ન તુ મામભિજાનન્તિ તત્ત્વેનાતશ્ચ્યવન્તિ તે.(૨૪)

કેમ કે હું જ સર્વ યજ્ઞોનો ભોક્તા અને સ્વામી છું,અન્ય દેવોના ભક્તો મને
તત્વતઃ જાણતા નથી.તેથી તેઓ મુખ્ય યજ્ઞફળથી વંચિત રહે છે.(૨૪)

યાન્તિ દેવવ્રતા દેવાન્ પિતૃન્યાન્તિ પિતૃવ્રતાઃ,
ભૂતાનિ યાન્તિ ભૂતેજ્યા યાન્તિ મદ્યાજિનોપિ મામ્.(૨૫)

દેવોની ઉપાસના કરનારા દેવલોકમાં જાય છે,પિતૃભક્તો પિતૃલોકમાં જાય છે,
ભૂતોના પુજકોને ભૂતોની પ્રાપ્તિ થાય છે
અને મારું ભજન કરનારાઓને મારી પ્રાપ્તિ થાય છે.(૨૫)

પત્રં પુષ્પં ફલં તોયં યો મે ભક્ત્યા પ્રયચ્છતિ,
તદહં ભક્ત્યુપહૃતમશ્નામિ પ્રયતાત્મનઃ.(૨૬)

શુધ્ધ ચિત્તવાળા ભક્તો પ્રેમ અને ભક્તિપૂર્વક મને પત્ર,પુષ્પ,ફળ,જળ વગેરે
અર્પણ કરે છે.તે હું સાકારરૂપ ધારણ કરી પ્રેમપૂર્વક ગ્રહણ કરું છું.(૨૬)

યત્કરોષિ યદશ્નાસિ યજ્જુહોષિ દદાસિ યત્,
યત્તપસ્યસિ કૌન્તેય તત્કુરુષ્વ મદર્પણમ્.(૨૭)

હે કાન્તેય ! તું જે કઇ કર્મ કરે, ભક્ષણ કરે, હવન કરે,દાન આપે કે
સ્વધર્માચરણરૂપ તપ કરે,તે સર્વ કંઇ (કર્મ) મને અર્પણ કરી દે.(૨૭)

શુભાશુભફલૈરેવં મોક્ષ્યસે કર્મબન્ધનૈઃ,
સંન્યાસયોગયુક્તાત્મા વિમુક્તો મામુપૈષ્યસિ.(૨૮)

આમ સર્વ કર્મો મને અર્પણ કરવાથી તારું અંતઃકરણ સન્યાસયોગ યુક્ત થશે.
આથી તું શુભ-અશુભ ફળ આપનારા કર્મબંધનથી મુક્ત થઇ જઇશ.
અને એમ તું મારામાં મળી જઇશ.(૨૮)

સમોહં સર્વભૂતેષુ ન મે દ્રેષ્યોસ્તિ ન પ્રિયઃ,
યે ભજન્તિ તુ માં ભક્ત્યા મયિ તે તેષુ ચાપ્યહમ્.(૨૯)

હું સર્વ ભૂતોમાં સમાન છું,મારો કોઇ શત્રુ નથી કે કોઇ મિત્ર નથી.મને જે
ભક્તિથી ભજે છે તેઓ મારામાં સ્થિર છે અને હું પણ તેમનામાં રહું છું.(૨૯)

અપિ ચેત્સુદુરાચારો ભજતે મામનન્યભાક્,
સાધુરેવ સ મન્તવ્યઃ સમ્યગ્વ્યવસિતો હિ સઃ.(૩૦)

અતિ દુરાચારી હોવા છતાં જે એકનિષ્ઠાથી મારું ભજન કરે તેને સાધુ સમજવો.
કેમ કે તે યથાર્થ નિશ્ચયવાળો હોય છે.
એટલે કે તે એવું માને છે કે પ્રભુભજન સિવાય અન્ય કંઇ જ નથી.(૩૦)

ક્ષિપ્રં ભવતિ ધર્માત્મા શશ્વચ્છાન્તિં નિગચ્છતિ,
કૌન્તેય પ્રતિજાનીહિ ન મે ભક્તઃ પ્રણશ્યતિ.(૩૧)

હે કાન્તેય ! તે તરત જ ધર્માત્મા બની જાય છે અને શાશ્વત, પરમ શાંતિ પામે છે.
મારા ભક્તનો કદી નાશ થતો નથી, એ તું નિશ્ચયપૂર્વક જાણ.(૩૧)

માં હિ પાર્થ વ્યપાશ્રિત્ય યેપિ સ્યુઃ પાપયોનયઃ,
સ્ત્રિયો વૈશ્યાસ્તથા શૂદ્રાસ્તેપિ યાન્તિ પરાં ગતિમ્.(૩૨)

સ્ત્રીઓ,વૈશ્ય , શુદ્ર વગેરે જે કોઇ પાપ યોનિમાં જન્મ્યા હોય તો પણ
હે પાર્થ ! તેઓ મારો આશ્રય કરે તો તેને ઉત્તમ ગતિ પ્રાપ્ત થાય છે.(૩૨)

કિં પુનર્બ્રાહ્મણાઃ પુણ્યા ભક્તા રાજર્ષયસ્તથા,
અનિત્યમસુખં લોકમિમં પ્રાપ્ય ભજસ્વ મામ્.(૩૩)

આ પ્રમાણે છે તો જે પુણ્યશાળી હોય અને સાથે મારી ભક્તિ કરનારા બ્રાહ્મણ અને રાજર્ષિ હોય તો તે મને અતિ પ્રિય જ હોય.તેં આ નાશવંત અને દુઃખી એવા મૃત્યુલોકમાં જન્મ ધારણ કર્યો છે,તો મારું ભજન કર.(૩૩)

મન્મના ભવ મદ્દભક્તો મદ્યાજી માં નમસ્કુરુ,
મામેવૈષ્યસિ યુક્ત્વૈવમાત્માનં મત્પરાયણઃ.(૩૪)

હે અર્જુન ! તું મારામાં મન રાખ,મારો ભક્ત થા,મારા પૂજન વિષે પરાયણ થા તથા મને નમસ્કાર કર.આ પ્રકારે મારા શરણ ને પ્રાપ્ત થયેલો તું તારા અંતઃકરણને મારામાં યોજવાથી મને પામીશ.(૩૪)

અધ્યાય-૯-રાજવિદ્યા-રાજગુહ્ય યોગ સમાપ્ત.

ટૂંકસાર-અધ્યાય-૯-રાજ વિદ્યા –રાજગુહ્ય યોગ

હવે હું તને ગૂઢમાં ગૂઢ(ગુહ્ય) જ્ઞાન,વિજ્ઞાન સહિત કહું છું,
જે જ્ઞાન સર્વ વિદ્યાનો રાજા છે,સર્વ ગુઢતા માં શ્રેષ્ઠ,પવિત્ર,ઉત્તમ,ધર્મમય,સુખદ,
પ્રત્યક્ષ અનુભવ કરી શકાય તેવું અને મેળવવામાં સરળ છે..(૧-૨)

હું અવ્યક્ત સ્વરૂપ છું અને સકળ વિશ્વ મારાથી વ્યાપ્ત છે.મારામાં સર્વ જીવો રહેલાં છે,પણ હું તેમનામાં સ્થિત નથી.(૪) જે રીતે સર્વગામી વાયુ આકાશમાં રહેલો છે,તેવી રીતે સર્વ જીવો મારામાં રહેલાં છે.(૬)
મારી ત્રિગુણાત્મક પ્રકૃતિનો આશ્રય લઇ,'સ્વ-ભાવથી પરાધીન' એવા
'સર્વ જીવોને',કલ્પ ના અંતે હું ફરીથી ઉત્પન્ન કરું છું. (૭)

ખોટી આશા,ખોટા કર્મ અને ખોટું જ્ઞાનવાળા અજ્ઞાની જનો,
અસુર જેવા,મોહ માં ફસાવનાર,તામસી સ્વભાવને ધારણ કરનારા હોય છે.
જયારે દૈવી પ્રકૃતિ નો આશ્રય લેનારા ભક્ત જનો
મને અક્ષર (નાશ વગરના)સ્વરૂપ નો જાણી,મને ભજે છે..(૧૨-૧૩)
જે મનુષ્યો અનન્ય ભાવે મારું ચિંતન કરતાં મને ઉપાસી,
નિત્ય મારામાં તત્પર રહે છે તેમના જીવનનો ભાર હું ઉઠાવું છું.(૨૨)

જે મને ભક્તિ પૂર્વક પત્ર,પુષ્પ,ફળ,પાણી વગેરે અર્પણ કરે છે,તે શુદ્ધ ચિત્તવાળાના પદાર્થો હું ગ્રહણ કરું છું(૨૬) તું જે ખાય છે ,જે કરે છે,
જે હોમે છે,જે દાન કરે છે,જે તપ કરે છે તે સર્વ મને અર્પણ કર(૨૭)
અત્યંત દુરાચારી પણ જો અનન્ય ભાવથી મને ભજે તો તેને શ્રેષ્ઠ જ માનવો,
કારણ કે તે મારામાં નિશ્ચય વાળો હોય છે.તે સત્વર જ ધર્માત્મા થાય છે,
શાંતિ ને પ્રાપ્ત થાય છે,મારો ભક્ત કદી પણ નાશ પામતો નથી,તેવું તું નિશ્ચયપૂર્વક જાણ(૩૦-૩૧)
તું મારામાં ચિત્ત રાખ,મારો ભક્ત થા,મને પૂજનારો થા,અને મને નમસ્કાર કર.
આ પ્રકારે મારા પારાયણ થયેલો તું નિશંક મને જ પામીશ..(૩૪)

અધ્યાય-૧૦- વિભૂતિયોગ

શ્રી ભગવાનુવાચ-
ભૂય એવ મહાબાહો શ્રૃણુ મે પરમં વચઃ,
યત્તેહં પ્રીયમાણાય વક્ષ્યામિ હિતકામ્યયા.(૧)

શ્રી ભગવાન કહે : હે મહાબાહો ! ફરીથી તું મારા પરમ વચનો સાંભળ;
તને મારા ભાષણ થી સંતોષ થઇ રહ્યો છે
એટલે જ તારું હિત કરવાની ઈચ્છાથી હું તને આગળ કહું છું.(૧)

ન મે વિદુઃ સુરગણાઃ પ્રભવં ન મહર્ષયઃ,
અહમાદિર્હિ દેવાનાં મહર્ષીણાં ચ સર્વશઃ.(૨)

દેવગણો તથા મહર્ષિઓને પણ મારા પ્રાદુર્ભાવની ખબર નથી,
કેમ કે હું સર્વ રીતે દેવો અને મહર્ષિઓનું આદિ કારણ છું.(૨)

યો મામજમનાદિં ચ વેત્તિ લોકમહેશ્વરમ્,
અસમ્મૂઢઃ સ મર્ત્યેષુ સર્વપાપૈઃ પ્રમુચ્યતે.(૩)

જે મને અજન્મા, અનાદિ અને સર્વ લોકોનો મહાન અધિપતિ
ઈશ્વર તત્વથી ઓળખે છે, તે મનુષ્યોમાં જ્ઞાનવાન પુરુષ
સર્વ પાપોના બંધનમાંથી મુક્ત થઇ જાય છે.(૩)

બુધ્દ્રિર્જ્ઞાનમસંમોહઃ ક્ષમા સત્યં દમઃ શમઃ,
સુખં દુઃખં ભવોભાવો ભયં ચાભયમેવ ચ.(૪)

બુધ્દ્રિ, તત્વજ્ઞાન, અસંમોહ, ક્ષમા, સત્ય, શમ, સુખ, દુઃખ,
ઉત્પતિ, વિનાશ, ભય અભય અને.(૪)

અહિંસા સમતા તુષ્ટિસ્તપો દાનં યશોયશઃ,
ભવન્તિ ભાવા ભૂતાનાં મત્ત એવ પૃથગ્વિધાઃ.(૫)

અહિંસા, સમતા, તુષ્ટિ, તપ, દાન,યશ, અપયશ વગેરે
સર્વ ભિન્ન ભિન્ન પ્રકારના ભાવો પ્રાણીઓમાં મારા થકી જ ઉત્પન થાય છે.(૫)

મહર્ષયઃ સપ્ત પૂર્વે ચત્વારો મનવસ્તથા,
મદ્દ્ભાવા માનસા જાતા યેષાં લોક ઇમાઃ પ્રજાઃ.(૬)

પ્રાચીન સપ્તર્ષિઓ અને તેમની પહેલાં થઇ ગયેલા બ્રહ્મદેવના સનતકુમાર આદિ
ચાર માનસપુત્રો તથા ચૌદ મનુઓ મારામાં ભાવવાળા બધા જ મારા સંકલ્પથી
ઉત્પન થયેલા છે. અને તેમનાથી જ જગતનાં સર્વ પ્રાણીઓ ઉત્પત્તિ થઇ છે.(૬)

એતાં વિભૂતિ યોગં ચ મમ યો વેત્તિ તત્ત્વતઃ,
સોવિકમ્પેન યોગેન યુજ્યતે નાત્ર સંશયઃ.(૭)

જે પુરુષ મારી પરમ અશ્વર્યરૂપ વિભૂતિને એટલેકે મારા વિસ્તારને અને
યોગશક્તિને (ઉત્પન કરવાની શક્તિને) તત્વથી જાણે છે
તે પુરુષ નિશ્ચલ ધ્યાનયોગથી મારામાં ઐક્ય ભાવથી સ્થિત થઇ
સમ્યગદર્શનના યોગવાળો થાય છે, એમાં સંશયને સ્થાન નથી.(૭)

અહં સર્વસ્ય પ્રભવો મત્તઃ સર્વં પ્રવર્તતે,
ઇતિ મત્વા ભજન્તે માં બુધા ભાવસમન્વિતાઃ.(૮)

હું – શ્રી કૃષ્ણ જ સંપૂર્ણ જગતની ઉત્પતિનું કારણ છું. મારા વડે જ સર્વ જગત
પ્રવૃત થાય છે. એમ તત્વથી જાણીને શ્રધ્ધા- ભક્તિયુક્ત થયેલા જ્ઞાનીજનો
મને –પરમેશ્વરને નિરંતર ભજે છે.(૮)

મચ્ચિત્તા મદ્ગતપ્રાણા બોધયન્તઃ પરસ્પરમ્,
કથયન્તશ્ચ માં નિત્યં તુષ્યન્તિ ચ રમન્તિ ચ.(૯)

તે જ્ઞાનીઓ નિરંતર મારામાં ચિત્ત રાખી, મારામય રહી મને સર્વસ્વ અર્પણ
કરનારા ભક્તજન મારા વિષે બોધ આપતા ગુણ અને પ્રભાવ સાથે
મારું કીર્તન કરતાં નિરંતર સંતુષ્ટ રહે છે અને મારામાં લીન રહે છે.(૯)

તેષાં સતતયુક્તાનાં ભજતાં પ્રીતિપૂર્વકમ્,
દદામિ બુધ્ધિયોગં તં યેન મામુપયાન્તિ તે.(૧૦)

સદૈવ મારા ધ્યાનમાં રહેનારા અને પ્રીતિથી મને જ ભજનારા જ્ઞાનીજનો છે
તેમને તત્વજ્ઞાનયોગથી હું પ્રાપ્ત થઇ શકું તેવો બુધ્ધિયોગ આપું છું.(૧૦)

તેષામેવાનુકમ્પાર્થમહમજ્ઞાનજં તમઃ,
નાશયામ્યાત્મભાવસ્થો જ્ઞાનદીપેન ભાસ્વતા.(૧૧)

તેમના પર અનુગ્રહ કરવા તેમના અંત:કરણમાં ઐક્યભાવથી સ્થિત થઇને
પ્રકાશિત તત્વજ્ઞાનરૂપી દીપકના યોગથી
તેમનો અજ્ઞાનજન્ય અંધકાર હું નષ્ટ કરું છું.(૧૧)

અર્જુન ઉવાચ-
પરં બ્રહ્મ પરં ધામ પવિત્રં પરમં ભવાન્,
પુરુષં શાશ્વતં દિવ્યમાદિદેવમજં વિભુમ્.(૧૨)

અર્જુન કહે : હે વિભુ ! આપ પરમ બ્રહ્મ, પરમ ધામ અને પરમ પવિત્ર છો.
આપ સનાતન દિવ્ય પુરુષ, દેવાધિદેવ આદિદેવ,
શાશ્વત અને સર્વવ્યાપક છો.(૧૨)

આહુસ્ત્વામૃષયઃ સર્વે દેવર્ષિર્નારદસ્તથા,
અસિતો દેવલો વ્યાસઃ સ્વયં ચૈવ બ્રવીષિ મે.(૧૩)

એટલા માટે જ દેવર્ષિ નારદ, અસિત, દેવલ, વ્યાસ વગેરે દેવર્ષિઓ આપને
એ રીતે ઓળખે છે.અને આપ સ્વયં પણ મને એ જ વાત કરી રહ્યા છો.(૧૩)

સર્વમેતદૃતં મન્યે યન્માં વદસિ કેશવ,
ન હિ તે ભગવન્ વ્યક્તિં વિદુર્દેવા ન દાનવાઃ.(૧૪)

હે કેશવ ! આપ જે કંઈ મને કહી રહ્યા છો, તે સર્વ હું સત્ય માનું છું.
હે ભગવાન ! દેવો અને દૈત્યો પણ આપનું સ્વરૂપ જાણી શક્યા નથી.(૧૪)

સ્વયમેવાત્મનાત્માનં વેત્થ ત્વં પુરુષોત્તમ,
ભૂતભાવન ભૂતેશ દેવદેવ જગત્પતે.(૧૫)

હે પુરુષોત્તમ ! હે ભૂતભાવન ! હે ભૂતેશ ! હે દેવાધિદેવ ! હે જગતપતિ !
આપ સ્વયં આપના સામર્થ્યથી આપને જાણો છો.(૧૫)

વક્તુમર્હસ્યશેષેણ દિવ્યા હ્યાત્મવિભૂતયઃ,
યાભિર્વિભૂતિભિર્લોકાનિમાંસ્ત્વં વ્યાપ્ય તિષ્ઠસિ.(૧૬)

હે મહારાજ ! તમારી અનંત વિભૂતીઓમાંથી જેટલી વ્યાપક,
શક્તિશાળી તથા તેજસ્વી હોય,તે બધી મને હવે જણાવો.
હે અનંત ! તમારી જે વિભૂતિઓ ત્રણે લોકમાં વ્યાપ્ત થઇ રહી છે,
તેમાંથી જે મુખ્ય અને પ્રસિધ્ધ છે તે મને કહો.(૧૬)

કથં વિધામહં યોગિંસ્ત્વાં સદા પરિચિન્તયન્,
કેષુ કેષુ ચ ભાવેષુ ચિન્ત્યોસિ ભગવન્મયા.(૧૭)

હે યોગેશ્વર,સતત આપનું ચિંતન કરનારો હું આપને કયી રીતે જાણી શકું?
હે ભગવન્,આપ કયા કયા ભાવોમાં મારા વડે ચિંતન કરવા યોગ્ય છો ? (૧૭)

વિસ્તરેણાત્મનો યોગં વિભૂતિં ચ જનાર્દન,
ભૂયઃ કથય તૃપ્તિર્હિ શ્રૃણ્વતો નાસ્તિ મેમૃતમ્.(૧૮)

હે જનાર્દન ! તમારો એ યોગ અને વિભૂતિ મને ફરી વિસ્તારપૂર્વક કહો,
કેમ કે તમારી અમૃતમય વાણી
ગમે તેટલી વાર સાંભળવા છતાં મને તૃપ્તિ થતી નથી.(૧૮)

શ્રી ભગવાનુવાચ-
હન્ત તે કથયિષ્યામિ દિવ્યા હ્યાત્મવિભૂતયઃ,
પ્રાધાન્યતઃ કુરુશ્રેષ્ઠ નાસ્ત્યન્તો વિસ્તરસ્ય મે.(૧૯)

શ્રી ભગવાન કહે : હે કુરુશ્રેષ્ઠ ! હવે મારી પ્રમુખ વિભૂતિઓ હું તને કહીશ
કારણ કે મારા વિસ્તારનો અંત નથી.(૧૯)

અહમાત્મા ગુડાકેશ સર્વભૂતાશયસ્થિતઃ,
અહમાદિશ્ચ મધ્યં ચ ભૂતાનામન્ત એવ ચ.(૨૦)

હે ગુડાકેશ ! સર્વ ભૂતોના અંતરમાં રહેલો સર્વનો આત્મા હું છું.
સર્વ ભૂતોનો આદિ,મધ્ય અને તેનો અંત પણ હું છું.(૨૦)

આદિત્યાનામહં વિષ્ણુર્જ્યોતિષાં રવિરંશુમાન્,
મરીચિર્મરુતામસ્મિ નક્ષત્રાણામહં શશી.(૨૧)

હે પાર્થ ! અદિતિના બાર પુત્રોમાં વિષ્ણુ અર્થાત વામન અવતાર હું છું.
પ્રકાશવંતોમાં સૂર્ય હું છું.ઓગણપચાસ વાયુદેવતાઓમાં મરીચિ નામનો
વાયુદેવ હું છું અને નક્ષત્રોમાં નાક્ષત્રાધીપતિ ચંદ્રમા હું છું.(૨૧)

વેદાનાં સામવેદોસ્મિ દેવાનામસ્મિ વાસવઃ,
ઇન્દ્રિયાણાં મનશ્ચાસ્મિ ભૂતાનામસ્મિ ચેતના.(૨૨)

વેદોમાં સામવેદ હું છું, દેવોમાં ઇન્દ્ર હું છું, ઇંદ્રિયોમાં મન હું છું
અને પ્રાણીમાત્રમાં મૂળ જીવકળા હું છું.(૨૨)

રુદ્રાણાં શઙ્કરશ્ચાસ્મિ વિત્તેશો યક્ષરક્ષસામ્,
વસૂનાં પાવકશ્ચાસ્મિ મેરુઃ શિખરિણામહમ્.(૨૩)

અગિયાર રુદ્રોમાં શંકર હું છું, યક્ષ તથા રાક્ષસોમાં ધનનો સ્વામી કુબેર હું છું,
આઠ વસુઓમાં અગ્નિ હું છું અને શિખરબંધ પર્વતોમાં મેરુ પર્વત હું છું.(૨૩)

પુરોધસાં ચ મુખ્યં માં વિધ્દ્વિ પાર્થ બૃહસ્પતિમ્,
સેનાનીનામહં સ્કન્દઃ સરસામસ્મિ સાગરઃ.(૨૪)

હે પાર્થ ! પુરોહિતમાં દેવતાઓના પુરોહિત બૃહસ્પતિ મને જાણ.
સેનાપતિઓમાં કાર્તિકસ્વામી હું છું અને જળાશયોમાં સાગર હું છું.(૨૪)

મહર્ષીણાં ભૃગુરહં ગિરામસ્મ્યેકમક્ષરમ્,
યજ્ઞાનાં જપયજ્ઞોસ્મિ સ્થાવરાણાં હિમાલયઃ.(૨૫)

સિધ્ધ મહર્ષિઓમાં ભૃગુ હું છું. વાણીમાં એકાક્ષર અર્થાત ૐકાર હું છું ,
સર્વ પ્રકારના યજ્ઞોમાં જપયજ્ઞ હું છું અને અચળ વસ્તુઓમાં હિમાલય હું છું.(૨૫)

અશ્વત્થઃ સર્વવૃક્ષાણાં દેવર્ષીણાં ચ નારદઃ,
ગન્ધર્વાણાં ચિત્રરથઃ સિધ્ધાનાં કપિલો મુનિઃ.(૨૬)

સર્વ વૃક્ષોમાં પીપળો હું છું, દેવર્ષિઓમાં નારદ હું છું,
ગંધર્વોમાં ચિત્રરથ હું છું અને સિદ્ધોમાં કપિલમુનિ હું છું.(૨૬)

ઉચ્ચૈઃશ્રવસમશ્વાનાં વિધ્ધિ મામમૃતોદ્ભવમ્,
ઐરાવતં ગજેન્દ્રાણાં નરાણાં ચ નરાધિપમ્.(૨૭)

અશ્વોમાં ક્ષીરસાગરમાંથી નીકળેલો ઉચૈઃશ્રવા અશ્વ હું છું,ઉત્તમ હાથીઓમાં
ઐરાવત નામનો હાથી હું છું અને મનુષ્યોમાં રાજા હું છું એમ સમજ.(૨૭)

આયુધાનામહં વજ્રં ધેનૂનામસ્મિ કામધુક્,
પ્રજનશ્ચાસ્મિ કન્દર્પઃ સર્પાણામસ્મિ વાસુકિઃ.(૨૮)

આયુધોમાં વજ્ર હું છું, ગાયોમાં કામધેનું હું છું,
પ્રજાને ઉત્પન કરનાર કામદેવ હું છું, સર્પોમાં વાસુકિ સર્પ હું છું.(૨૮)

અનન્તશ્ચાસ્મિ નાગાનાં વરુણો યાદસામહમ્,
પિતૃણામર્યમા ચાસ્મિ યમઃ સંયમતામહમ્.(૨૯)

નાગોમાં નાગરાજ અનંત હું છું, જળદેવતાઓમાં વરુણ હું છું,પિતૃઓમાં
અર્યમા નામના પિતૃદેવ હું છું અને નિયમન કરનારામાં યમ હું છું.(૨૯)

પ્રહ્લાદશ્ચાસ્મિ દૈત્યાનાં કાલઃ કલયતામહમ્,
મૃગાણાં ચ મૃગેન્દ્રોહં વૈનતેયશ્ચ પક્ષિણામ્.(૩૦)

દૈત્યોમાં પ્રહલાદ હું છું, ગણતરીઓમાં કાળ હું છું,
પશુઓમાં સિંહ હું છું અને પક્ષીઓમાં ગરુડ હું છું.(૩૦)

પવનઃ પવતામસ્મિ રામઃ શસ્ત્રભૃતામહમ્,
ઝષાણાં મકરશ્ચાસ્મિ સ્રોતસામસ્મિ જાહ્નવી.(૩૧)

પવિત્ર કરનારા પદાર્થોમાં હું છું, શસ્ત્રધારીઓમાં રામ હું છું,
જળચરોમાં મગર હું છું અને નદીઓમાં ગંગા હું છું.(૩૧)

સર્ગાણામાદિરન્તશ્ચ મધ્યં ચૈવાહમર્જુન,
અધ્યાત્મવિદ્યા વિદ્યાનાં વાદઃ પ્રવદતામહમ્.(૩૨)

હે અર્જુન ! સૃષ્ટિનો આદિ, અંત અને મધ્ય હું છું, સર્વ વિદ્યાઓમાં
અધ્યાત્મવિદ્યા-બ્રહ્મવિદ્યા હું છું,વાદવિવાદ કરનારાઓમાં વાદ હું છું.(૩૨)

અક્ષરાણામકારોસ્મિ દ્વન્દ્વઃ સામાસિકસ્ય ચ,
અહમેવાક્ષયઃ કાલો ધાતાહં વિશ્વતોમુખઃ.(૩૩)

અક્ષરોમાં ' અ 'કાર હું છું, સમાસોમાં દ્વંદ્વ સમાસ હું છું તથા અક્ષયકાળ અને

વિરાટ સ્વરૂપ ધરી સર્વને ધારણ –પોષણ કરનારો પણ હું છું.(૩૩)

મૃત્યુઃ સર્વહરશ્ચાહમુદ્ભવશ્ચ ભવિષ્યતામ્,
કીર્તિઃ શ્રીર્વાક્ચ નારીણાં સ્મૃતિર્મેધા ધૃતિઃ ક્ષમા.(૩૪)

સર્વનું મૃત્યુ હું છું, ભવિષ્યમાં થનારાં પ્રાણીઓની ઉત્પતિનો તેમજ ઉન્નતિનો
હેતુ હું છું, નારી વિભૂતિઓમાં કીર્તિ, લક્ષ્મી, વાણી,
સ્મૃતિ, બુદ્ધિ, ધૃતિ અને ક્ષમા પણ હું જ છું.(૩૪)

બૃહત્સામ તથા સામ્નાં ગાયત્રી છન્દસામહમ્,
માસાનાં માર્ગશીર્ષોહમૃતૂનાં કુસુમાકરઃ.(૩૫)

ગાયન કરવા યોગ્ય શ્રુતિઓમાં બૃહ્ત્સામ હું છું, છંદોમાં ગાયત્રીછંદ હું છું,
મહિનાઓમાં માર્ગશીષ માસ હું છું અને ઋતુઓમાં વસંતઋતુ હું છું.(૩૫)

ધૂતં છલયતામસ્મિ તેજસ્તેજસ્વિનામહમ્,
જયોસ્મિ વ્યવસાયોસ્મિ સત્ત્વં સત્ત્વવતામહમ્.(૩૬)

છલ કરનારાઓમાં ધૃત (જુગાર) હું છું, પ્રભાવશાળી પુરુષોનો પ્રભાવ હું છું,
જીતનારાઓનો વિજય હું છું,
નિશ્ચય કરનારાઓનો નિશ્ચય હું છું, સાત્વિક પુરુષોની સાત્વિકતા હું છું.(૩૬)

વૃષ્ણીનાં વાસુદેવોસ્મિ પાણ્ડવાનાં ધનંજયઃ,
મુનીનામપ્યહં વ્યાસઃ કવીનામુશના કવિઃ.(૩૭)

વૃષ્ણિવંશીઓમાં વાસુદેવ હું છું અને પાંડવોમાં અર્જુન હું છું,
મુનિઓમાં વેદવ્યાસ હું છું અને કવિઓમાં શુક્રાચાર્ય હું છું.(૩૭)

દણ્ડો દમયતામસ્મિ નીતિરસ્મિ જિગીષતામ્,
મૌનં ચૈવાસ્મિ ગુહ્યાનાં જ્ઞાનં જ્ઞાનવતામહમ્.(૩૮)

દમન કરનારાઓની દમનશક્તિ હું છું, જય મેળવવાની ઈચ્છાવાળાઓની
નીતિ હું છું,ગુપ્ત રાખવાના ભાવમાં મૌન હું છું
અને જ્ઞાનીઓનું તત્વજ્ઞાન પણ હું છું.(૩૮)

યચ્ચાપિ સર્વભૂતાનાં બીજં તદહમર્જુન,
ન તદસ્તિ વિના યત્સ્યાન્મયા ભૂતં ચરાચરમ્.(૩૯)

હે અર્જુન ! સર્વ ભૂતોની ઉત્પત્તિનું કારણ હું છું,
મારા સિવાયના ચરાચર ભૂતો કોઈ જ નથી.(૩૯)

નાન્તોસ્તિ મમ દિવ્યાનાં વિભૂતીનાં પરંતપ,
એષ તૂદ્દેશતઃ પ્રોક્તો વિભૂતેર્વિસ્તરો મયા.(૪૦)

હે પરંતપ ! મારી દિવ્ય વિભૂતિઓનો અંત નથી.
મારી જે વિભૂતિઓનો વિસ્તાર છે તે મેં તને ટૂંકમાં કહી સંભળાવ્યો.(૪૦)

યદ્યદ્વિભૂતિમત્સત્ત્વં શ્રીમદૂર્જિતમેવ વા,
તત્તદેવાવગચ્છ ત્વં મમ તેજોંશસંભવમ્.(૪૧)

હે પાર્થ ! જે પણ વિભૂતિયુક્ત, અશ્વર્યયુક્ત, શોભાયુક્ત, કે અન્ય પ્રભાવથી
યુક્ત હોય તે મારા તેજના અંશરૂપ છે એમ તું જાણ.(૪૧)

અથવા બહુનૈતેન કિં જ્ઞાતેન તવાર્જુન,
વિષ્ટભ્યાહમિદં કૃત્સ્નમેકાંશેન સ્થિતો જગત્. (૪૨)

અથવા હે અર્જુન ! મેં જે આ ઘણી વાતો તને સંભળાવી
તે જાણવાનું પ્રયોજન શું છે? હું આ સંપૂર્ણ જગતને મારી યોગમાયાના એક
અંશમાત્રથી ધારણ કરી રહ્યો છું, માટે મને જ તત્વથી જાણવો જોઈએ.(૪૨)

<u>**અધ્યાય-૧૦ - વિભુતિયોગ સમાપ્ત.**</u>

ટૂંકસાર-અધ્યાય-૧૦ -વિભૂતિ યોગ

કૃષ્ણ—
હે અર્જુન ,તું ફરી વાર મારું ઉત્તમ વચન સાંભળ.
મહર્ષિ કે દેવતાઓ પણ મારા પ્રભાવને જાણતા નથી,
કેમકે 'જ્ઞાન' તથા 'શક્તિ' આદિનું મૂળ કારણ હું છું..(૧-૨)

સુખ દુઃખ જેવા અનેક વિવિધ ભાવો મારાથી જ ઉત્પન્ન થાય છે.
ચૌદ મનુઓ મારા મનથી જ ઉત્પન્ન થયેલા છે
અને તેમની પ્રજા પણ મારી જ છે.(૫-૬)

'સર્વ ની ઉત્પત્તિ નું કારણ હું જ છું અને મારાથી જ સર્વ પ્રવર્તે છે'
એમ સમજી જ્ઞાનીજનો નિરંતર મને જ ભજે છે.મારું સ્મરણ કરે છે..(૮)

જેમને હું જ્ઞાનયોગ પ્રદાન કરી જ્ઞાનદીપ દ્વારા
તેમના અજ્ઞાનનો નાશ કરું છું (૧૧)

અર્જુન-
હે કૃષ્ણ ,આપ પોતેજ પોતા વડે પોતાને જાણો છો,
આપ આપની વિભૂતિ ઓ વડે
બધા લોકમાં વ્યાપીને રહો છો,તે વિભૂતિઓ વિષે કહો.(૧૬)

કૃષ્ણ—
હે અર્જુન,હું સર્વ જીવોના હૃદય માં રહેલ આત્મા છું
અને સર્વ જીવોનો આદિ ,મધ્ય અને અંત પણ છું.(૨૧)

આદિત્યો માં વિષ્ણુ,જ્યોતિ માં સૂર્ય ,દેવો માં ઇન્દ્ર,
ઇન્દ્રિયોમાં મન અને વાણી માં ઓમકાર છું.
ટૂંક માં જે પ્રાણવાન છે તેને મારા તેજથી ઉત્પન્ન થયેલ માન. (૨૦-૨૬)

જે જે વસ્તુ વિભૂતિ યુક્ત ,ઐશ્વર્યયુક્ત અને કાંતિ યુક્ત છે
તે સર્વ મારા તેજ ના 'અંશ' થી ઉપજેલી જાણ.(૪૧)

હું મારા અંશ માત્ર થી સમગ્ર જગત ધારણ કરી રહ્યો છું (૪૨)

અધ્યાય-૧૧-વિશ્વરૂપ-દર્શન-યોગ

અર્જુન ઉવાચ-
મદનુગ્રહાય પરમં ગુહ્યમધ્યાત્મસંજ્ઞિતમ્,
યત્ત્વયોક્તં વચસ્તેન મોહોયં વિગતો મમ.(૧)

અર્જુન કહે હે : ભગવાન ! મારા પર કૃપા કરવા આપે અધ્યાત્મ તત્વનો અતિગુહ્ય
તથા ભ્રમનાશક જે ઉપદેશ આપ્યો તેનાથી મારા સર્વ મોહનો લોપ થયો છે.(૧)

ભવાપ્યયૌ હિ ભૂતાનાં શ્રુતૌ વિસ્તરશો મયા,
ત્વત્તઃ કમલપત્રાક્ષ માહાત્મ્યમપિ ચાવ્યયમ્.(૨)

હે કમળ નયન,આપની પાસેથી મેં ભૂતોની ઉત્પત્તિ અને પ્રલય વિસ્તારથી
સાંભળ્યા છે તથા આપનો અવિનાશી પ્રભાવ પણ સાંભળ્યો છે.(૨)

એવમેતદ્યથાત્થ ત્વમાત્માનં પરમેશ્વર,
દ્રષ્ટુમિચ્છામિ તે રૂપમૈશ્વરં પુરુષોત્તમ.(૩)

હે પરમેશ્વર ! આપના સ્વરૂપનું જેવું આપે વર્ણન કર્યું છે તે યથાર્થ જ છે.
પરંતુ હે, પુરુષોત્તમ, હું આપનું ઈશ્વરી રૂપ જોવા ઈચ્છું છું.(૩)

મન્યસે યદિ તચ્છક્યં મયા દ્રષ્ટુમિતિ પ્રભો,
યોગેશ્વર તતો મે ત્વં દર્શયાત્માનમવ્યયમ્.(૪)

હે પ્રભો ! તે સ્વરૂપ મારાથી જોઈ શકાય તેમ હોય, એમ આપ માનતા હો તો
હે યોગેશ્વર ! તે અવિનાશી સ્વરૂપના મને દર્શન કરાવો.(૪)

શ્રી ભગવાનુવાચ-
પશ્ય મે પાર્થ રૂપાણિ શતશોથ સહસ્રશઃ,
નાનાવિધાનિ દિવ્યાનિ નાનાવર્ણાકૃતીનિ ચ.(૫)

શ્રી ભગવાન બોલ્યા : હે પાર્થ ! અનેક પ્રકારનાં, અનેક વર્ણ અને અનેક
આકારનાં મારા સેંકડો અને હજારો નાના પ્રકારનાં દિવ્ય રૂપોને નિહાળ.(૫)

પશ્યાદિત્યાન્વસૂન્રુદ્રાનશ્વિનૌ મરુતસ્તથા,
બહૂન્યદૃષ્ટપૂર્વાણિ પશ્યાશ્ચર્યાણિ ભારત.(૬)

હે ભારત ! આદિત્યોને, વસુઓને, રુદ્રોને, અશ્વિનીકુમારોને તથા મરુતોને
તું નિહાળ,વળી પૂર્વે ન જોયેલાં એવા ઘણા આશ્ચર્યોને તું જો.(૬)

ઇહૈકસ્થં જગત્કૃત્સ્નં પશ્યાદ્ય સચરાચરમ્,
મમ દેહે ગુડાકેશ યચ્ચાન્યદ્દ્રષ્ટુમિચ્છસિ.(૭)

હે ગુડાકેશ,અહી મારા દેહમાં એકજ સ્થળે રહેલા સ્થાવર-જંગમ સહિત સમગ્ર
જગતને આજે તું જો અને બીજું જે કંઇ જોવા ઈચ્છતો હોય તે પણ જો.(૭)

ન તુ માં શક્યસે દ્રષ્ટુમનેનૈવ સ્વચક્ષુષા,
દિવ્યં દદામિ તે ચક્ષુઃ પશ્ય મે યોગમૈશ્વરમ્.(૮)

પરંતુ તારાં આ ચર્મચક્ષુ વડે તું મને નિહાળી શકીશ નહિ.
તે માટે હું તને દિવ્ય દ્રષ્ટિ આપુ છું ,મારા અલૈાકિક સામર્થ્યને તું જો.(૮)

સંજય ઉવાચ-
એવમુક્ત્વા તતો રાજન્મહાયોગેશ્વરો હરિઃ,
દર્શયામાસ પાર્થાય પરમં રૂપમૈશ્વરમ્.(૯)

સંજય કહે : હે રાજન ! મહાયોગેશ્વર નારાયણે એ પ્રમાણે અર્જુનને કહ્યું.
પછી તેને પોતાનું દિવ્ય પરમ ઐશ્વર્યરૂપ વિરાટ સ્વરૂપ બતાવ્યું.(૯)

અનેકવક્ત્રનયનમનેકાદ્ભુતદર્શનમ્,
અનેકદિવ્યાભરણં દિવ્યાનેકોદ્યતાયુધમ્.(૧૦)

અનેક મુખ તથા આંખોવાળું, અનેક અદભુત દર્શનવાળું,
અનેક દિવ્ય આભુષણવાળું અને
અનેક ઉગામેલા દિવ્ય આયુધોવાળું એ સ્વરૂપ હતું.(૧૦)

દિવ્યમાલ્યામ્બરધરં દિવ્યગન્ધાનુલેપનમ્,
સર્વાશ્ચર્યમયં દેવમનન્તં વિશ્વતોમુખમ્.(૧૧)

દિવ્ય-માળા અને વસ્ત્રો ધારણ કરેલું,દિવ્ય સુગંધી દ્રવ્યોથી લેપન કરેલું,
સર્વ આશ્ચર્યમય પ્રકાશરૂપ,અનંત
અને સર્વ બાજુ મુખવાળું તે સ્વરૂપ અર્જુને જોયું.(૧૧)

દિવિ સૂર્યસહસ્રસ્ય ભવેદ્યુગપદુત્થિતા,
યદિ ભાઃ સદૃશી સા સ્યાદ્ભાસસ્તસ્ય મહાત્મનઃ.(૧૨)

આકાશમાં એક સાથે હજારો સૂર્યોનું તેજ પ્રકાશી ઊઠે તો પણ
તે વિશ્વસ્વરૂપ પરમાત્માના તેજની તોલે કદાચ જ આવે.(૧૨)

તત્રૈકસ્થં જગત્કૃત્સ્નં પ્રવિભક્તમનેકધા,
અપશ્યદ્દેવદેવસ્ય શરીરે પાણ્ડવસ્તદા.(૧૩)

તે સમયે અર્જુને દેવાધિદેવ શ્રી કૃષ્ણના દિવ્ય સ્વરૂપમાં અનેક વિભાગોમાં
વિભક્ત થયેલું સર્વ જગત સ્થિત થયેલું જોયું.(૧૩)

તતઃ સ વિસ્મયાવિષ્ટો હૃષ્ટરોમા ધનઞ્જયઃ,
પ્રણમ્ય શિરસા દેવં કૃતાઞ્જલિરભાષત.(૧૪)

ત્યાર પછી આશ્ચર્યચકિત અને રોમાંચિત થયેલો ધનંજય,
ભગવાન શ્રી હરિને પ્રણામ કરી, બે હાથ જોડી કહેવા લાગ્યો.(૧૪)

અર્જુન ઉવાચ-
પશ્યામિ દેવાંસ્તવ દેવ દેહેસર્વાંસ્તથા ભૂતવિશેષસઙ્ઘાન્,
બ્રહ્માણમીશં કમલાસનસ્થ-મૃષીંશ્ચ સર્વાનુરગાંશ્ચ દિવ્યાન્.(૧૫)

અર્જુન બોલ્યો : હે ભગવાન ! આપના દેહમાં હું સર્વ દેવોને,
ભિન્ન ભિન્ન ભૂતોના સમુદાયને, કમળ પર બિરાજમાન સર્વના નિયંતા
બ્રહ્માજીને, સર્વ ઋષિઓને તેમજ દિવ્ય સર્પોને જોઈ રહ્યો છું.(૧૫)

અનેકબાહૂદરવક્ત્રનેત્રંપશ્યામિ ત્વાં સર્વતોનન્તરૂપમ્,
નાન્તં ન મધ્યં ન પુનસ્તવાદિંપશ્યામિ વિશ્વેશ્વર વિશ્વરૂપ.(૧૬)

હે વિશ્વેશ્વર ! હે વિશ્વરૂપ ! આપના અગણિત બાહુ, ઉદરો, મુખો
અને નેત્રો દેખાઈ રહ્યા છે. એથી સર્વ બાજુ હું આપને અનંત રૂપવાળા
જોઉં છું, વળી આપનો આદિ, મધ્ય કે અંત ક્યાંય દેખાતો નથી.(૧૬)

કિરીટિનં ગદિનં ચક્રિણં ચતેજોરાશિં સર્વતોદીપ્તિમન્તમ્,
પશ્યામિ ત્વાં દુર્નિરીક્ષ્યં સમન્તા-દીપ્તાનલાર્કદ્યુતિમપ્રમેયમ્.(૧૭)

હે પરમેશ્વર ! મુકુટ યુક્ત, હસ્તમાં ગદા અને ચક્ર ધારણ કરેલા,
તેજ ના સમૂહ રૂપ સર્વ બાજુથી પ્રકાશિત, મુશ્કેલીથી નિહાળી શકાય તેવા,
પ્રજ્જવલિત અગ્નિ તથા સૂર્યની ક્રાંતિ સમાન,
નિશ્ચિત કરવાને અશક્ય એવા આપને હું સર્વ તરફથી નિહાળી રહ્યો છું.(૧૭)

ત્વમક્ષરં પરમં વેદિતવ્યંત્વમસ્ય વિશ્વસ્ય પરં નિધાનમ્,
ત્વમવ્યયઃ શાશ્વતધર્મગોપ્તાસનાતનસ્ત્વં પુરુષો મતો મે.(૧૮)

હે પરમેશ્વર ! આપ જાણવા યોગ્ય પરમ અક્ષર છો, આપ આ વિશ્વના
પરમ આશ્રય છો. આપ અવિનાશી છો.
આપ સનાતન ધર્મ ના રક્ષક છો. આપ પુરાણપુરુષ છો એમ હું માનું છું.(૧૮)

અનાદિમધ્યાન્તમનન્તવીર્ય-મનન્તબાહું શશિસૂર્યનેત્રમ્,
પશ્યામિ ત્વાં દીપ્તહુતાશવક્ત્રમ્સ્વતેજસા વિશ્વમિદં તપન્તમ્.(૧૯)

હે વિભુ ! આપનો આદિ, મધ્ય કે અંત નથી, આપ અનંત શક્તિવાળા,
અનંત બાહુવાળા, ચંદ્રસૂર્યરૂપી નેત્રોવાળા, મુખમાં પ્રજ્જવલિત અગ્નિવાળા,
પોતાના પરમ તેજથી વિશ્વને તપાવનારા આપને હું જોઈ રહ્યો છું.(૧૯)

દ્યાવાપૃથિવ્યોરિદમન્તરં હિવ્યાપ્તં ત્વયૈકેન દિશશ્ચ સર્વાઃ,
દૃષ્ટ્વાદ્ભુતં રૂપમુગ્રં તવેદંલોકત્રયં પ્રવ્યથિતં મહાત્મન્.(૨૦)

હે મહાત્મન ! આપ એકલા એ જ આકાશ અને પૃથ્વીનું સઘળું અંતર વ્યાપ્ત કર્યું છે. તથા સર્વ દિશાઓ આપનાથી વ્યાપ્ત દેખાય છે.આપના અદભુત અને અતિ ઉગ્રરૂપને જોઇને ત્રણેલોક અત્યંત ભયભીત બની ગયાં છે.(૨૦)

અમી હિ ત્વાં સુરસઙ્ઘાઃ વિશન્તિકેચિદ્ભીતાઃ પ્રાઞ્જલયો ગૃણન્તિ,
સ્વસ્તીત્યુક્ત્વા મહર્ષિસિદ્ધસઙ્ઘાઃસ્તુવન્તિ ત્વાં સ્તુતિભિઃ પુષ્કલાભિઃ.(૨૧)

આ દેવોનો સમૂહ આપનામાં જ પ્રવેશે છે.કેટલાક ભયભીત થઈને બે હાથ જોડી આપની સ્તુતિ કરે છે.મહર્ષિ અને સિધ્ધોનો સમૂહ " કલ્યાણ થાઓ"એમ બોલીને પરિપૂર્ણ અર્થ બોધ કરનારા સ્તુતિ વચનો વડે આપની સ્તુતિ કરે છે.(૨૧)

રુદ્રાદિત્યા વસવો યે ચ સાધ્યાવિશ્વેશ્વિનૌ મરુતશ્ચોષ્મપાશ્ચ।,
ગન્ધર્વયક્ષાસુરસિધ્ધસઙ્ઘાવીક્ષન્તે ત્વાં વિસ્મિતાશ્ચૈવ સર્વે.(૨૨)

હે વિભુ ! રુદ્ર, આદિત્યો, વસુઓ, સાધ્ય દેવો, વિશ્વદેવો,
અશ્વિનીકુમારો,મરુતો, પિતૃઓ, ગંધર્વ, યક્ષ, અસુર,
સિધ્ધોનો સમૂહ વગેરે સર્વ વિસ્મ્સ્ય થયેલા આપને જોઈ રહ્યા છે.(૨૨)

રૂપં મહત્તે બહુવક્ત્રનેત્રંમહાબાહો બહુબાહૂરુપાદમ્,
બહૂદરં બહુદંષ્ટ્રાકરાલંદૃષ્ટ્વા લોકાઃ પ્રવ્યથિતાસ્તથાહમ્.(૨૩)

હે મહાબાહો,બહુ મુખ તથા નેત્રવાળા, ઘણા હાથ-પગવાળા,
ઘણા ઉદરવાળા, ઘણી વિકરાળ દાઢોવાળા આપના આ વિશાળ રૂપને
જોઇને લોકો ભય પામી રહ્યા છે તેમજ હું પણ વ્યથિત થઇ રહ્યો છું.(૨૩)

નભઃસ્પૃશં દીપ્તમનેકવર્ણંવ્યાત્તાનનં દીપ્તવિશાલનેત્રમ્,
દૃષ્ટ્વા હિ ત્વાં પ્રવ્યથિતાન્તરાત્માધૃતિં ન વિન્દામિ શમં ચ વિષ્ણો.(૨૪)

હે વિષ્ણુ,આકાશને સ્પર્શ કરતા, પ્રજ્જવલિત અનેક વર્ણવાળા,ઉઘાડા મુખવાળા,
વિશાળ તેજસ્વી આંખોવાળા આપને નિહાળી ને નિશ્ચય થી મારો અંતરાત્મા
વ્યાકુળ થઇ રહ્યો છે. આથી મારું મન ધીરજ ન ધરવાથી
હું શાંતિ ને પામી શકતો નથી.(૨૪)

દંષ્ટ્રાકરાલાનિ ચ તે મુખાનિદૃષ્ટ્વૈવ કાલાનલસન્નિભાનિ,
દિશો ન જાને ન લભે ચ શર્મપ્રસીદ દેવેશ જગન્નિવાસ.(૨૫)

હે દેવેશ ! આપની વિકરાળ દાઢોવાળા, પ્રલયકાળ ના અગ્નિ સમાન આપના
મુખો જોઈને હું દિશાઓને પણ સમજી શકતો નથી તથા મને સુખ મળતું નથી.
હે જગનિવાસ ! આપ મારા પર પ્રસન્ન થાઓ.(૨૫)

અમી ચ ત્વાં ધૃતરાષ્ટ્રસ્ય પુત્રાઃસર્વે સહૈવાવનિપાલસઙ્ઘૈઃ,
ભીષ્મો દ્રોણઃ સૂતપુત્રસ્તથાસૌસહાસ્મદીયૈરપિ યોધમુખ્યૈઃ.(૨૬)

હે વિભો ! રાજાઓના સમૂહ સહિત ધૃતરાષ્ટ્રના સર્વ પુત્રો
આપનામાં પ્રવેશ કરી રહ્યા છે.ભીષ્મ, દ્રોણાચાર્ય, સુતપુત્ર કર્ણ,
અને અમારા સંબંધરૂપ અનેક પ્રમુખ યોદ્ધાઓ.(૨૬)

વક્ત્રાણિ તે ત્વરમાણા વિશન્તિદંષ્ટ્રાકરાલાનિ ભયાનકાનિ,
કેચિદ્વિલગ્ના દશનાન્તરેષુસંદૃશ્યન્તે ચૂર્ણિતૈરુત્તમાઙ્ગૈઃ.(૨૭)

વિકરાળ દાઢોવાળા આપના ભયાનક મુખોમાં વેગપૂર્વક પ્રવેશી રહ્યા છે. કેટલાક
યોદ્ધાઓ ચૂર્ણ થયેલાં મસ્તકો સહિત આપના દાંતોની વચ્ચે વળગેલા છે.(૨૭)

યથા નદીનાં બહવોમ્બુવેગાઃસમુદ્રમેવાભિમુખાઃ દ્રવન્તિ,
તથા તવામી નરલોકવીરાવિશન્તિ વક્ત્રાણ્યભિવિજ્વલન્તિ.(૨૮)

જેમ નદીઓના ઘણા જળપ્રવાહો સાગર તરફ વહેતાં વહેતાં સાગરમાં સમાઈ
જાય છે, તેમ આ લોક નાયકો આપના પ્રકાશમાન મુખોમાં પ્રવેશ કરે છે.(૨૮)

યથા પ્રદીપ્તં જ્વલનં પતઙ્ગાવિશન્તિ નાશાય સમૃદ્ધવેગાઃ,
તથૈવ નાશાય વિશન્તિ લોકા-સ્તવાપિ વક્ત્રાણિ સમૃદ્ધવેગાઃ.(૨૯)

જેમ પ્રજ્જવલિત અગ્નિમાં નાશ પામવા માટે પતંગિયાં વેગપૂર્વક પ્રવેશ કરી
જાય છે,તેમ આ સર્વ લોકો પણ અત્યંત વેગવાળા થઈને નાશ પામવા માટે જ
આપના પ્રજ્જવલિત મુખમાં પ્રવેશ કરતા જાય છે.(૨૯)

લેલિહ્યસે ગ્રસમાનઃ સમન્તા-લ્લોકાન્સમગ્રાન્વદનૈર્જ્વલદ્ભિઃ,
તેજોભિરાપૂર્ય જગત્સમગ્રંભાસસ્તવોગ્રાઃ પ્રતપન્તિ વિષ્ણો.(૩૦)

હે વિષ્ણુ ! આપના પ્રજ્જવલિત મુખો વડે સમગ્ર લોકોને ગળી જવાના હો
તેમ આપ ચારે બાજુથી ચાટી રહ્યા છો.
આપનું અતિ ઉગ્ર તેજ સંપૂર્ણ જગતને સંતાપી રહ્યું છે.(૩૦)

આખ્યાહિ મે કો ભવાનુગ્રરૂપોનમોસ્તુ તે દેવવર પ્રસીદ,
વિજ્ઞાતુમિચ્છામિ ભવન્તમાદ્યંન હિ પ્રજાનામિ તવ પ્રવૃત્તિમ્.(૩૧)

હે દેવશ્રેષ્ઠ ! આવા અતિ ઉગ્ર સ્વરૂપવાળા આપ કોણ છો ! આપ પ્રસન્ન થાઓ.
હું આપને નમસ્કાર કરું છું.સર્વના આદ્ય રૂપ આપને હું જાણવાની ઈચ્છા રાખું છું.
કેમકે આપની ગુઢ ચેષ્ટાઓને હું જાણતો નથી.(૩૧)

શ્રી ભગવાનુવાચ-
કાલોસ્મિ લોકક્ષયકૃત્પ્રવૃદ્ધોલોકાન્સમાહર્તુમિહ પ્રવૃત્તઃ,
ઋતેપિ ત્વાં ન ભવિષ્યન્તિ સર્વેયેવસ્થિતાઃ પ્રત્યનીકેષુ યોધાઃ.(૩૨)

શ્રી ભગવાન બોલ્યા : લોકોનો સંહાર કરનારો, અત્યંત વૃદ્ધિ પામેલો મહાન કાળ હું છું,હાલ આ લોકોનો નાશ કરવા માટે હું પ્રવૃત થયો છું, પ્રતિપક્ષીઓની સેનામાં જે યોદ્ધાઓ ઉભા છે તે તારા વગર પણ જીવંત રહેવાના નથી.(૩૨)

તસ્માત્ત્વમુત્તિષ્ઠ યશો લભસ્વજિત્વા શત્રૂન્ ભુઙ્ક્ષ્વ રાજ્યં સમૃદ્ધમ્,
મયૈવૈતે નિહતાઃ પૂર્વમેવનિમિત્તમાત્રં ભવ સવ્યસાચિન્.(૩૩)

હે સર્વસાચિ,માટે તું યુદ્ધ કરવા ઉભો થઇ જા. શત્રુઓને જીતીને યશ મેળવ અને ઐશ્વર્યસંપન્ન રાજ્ય ભોગવ.તારા આ શત્રુઓ ખરેખર તો મેં પહેલેથી જ મારી નાખ્યા છે. તું કેવળ નિમિત્તરૂપ બન.(૩૩)

દ્રોણં ચ ભીષ્મં ચ જયદ્રથં ચકર્ણં તથાન્યાનપિ યોધવીરાન્,
મયા હતાંસ્ત્વં જહિ મા વ્યથિષ્ઠાયુધ્યસ્વ જેતાસિ રણે સપત્નાન્.(૩૪)

દ્રોણને તથા ભીષ્મને, જયદ્રથને તથા કર્ણને અને બીજા મહારથી યોદ્ધાઓને મેં હણેલા જ છે તેમને તું હણ. ભયને લીધે તું વ્યથિત ન થા. હે પાર્થ ! તું યુદ્ધ કર.રણમાં દુશ્મનો પર તું અવશ્ય વિજય મેળવીશ.(૩૪)

સંજય ઉવાચ-
એતચ્છ્રુત્વા વચનં કેશવસ્યકૃતાઞ્જલિર્વેપમાનઃ કિરીટી,
નમસ્કૃત્વા ભૂય એવાહ કૃષ્ણંસગદ્ગદં ભીતભીતઃ પ્રણમ્ય.(૩૫)

સંજય કહે : ભગવાન કેશવના આ વચનો સાંભળી, બે હાથ જોડી, સંભ્રમથી કંપતો, મનમાં અત્યંત ભયભીત થતો અર્જુન નમસ્કાર કરી અત્યંત નમ્ર અને ગદ્ ગદ્ કંઠે ફરીથી ભગવાન શ્રી કૃષ્ણને આ પ્રમાણે કહેવા લાગ્યો.(૩૫)

અર્જુન ઉવાચ-
સ્થાને હૃષીકેશ તવ પ્રકીર્ત્યાજગત્ પ્રહૃષ્યત્યનુરજ્યતે ચ,
રક્ષાંસિ ભીતાનિ દિશો દ્રવન્તિસર્વે નમસ્યન્તિ ચ સિદ્ધસઙ્ઘાઃ.(૩૬)

અર્જુન કહે : હે ઋષિકેશ ! આપના શ્રવણ અને કીર્તનથી જગત હર્ષ પામે છે અને અનુરાગ પામે છે.રાક્ષસો ભય પામીને સર્વ દિશાઓમાં નાસે છે અને બધા સિદ્ધોના સમૂહ આપને નમસ્કાર કરે છે તે યોગ્ય છે.(૩૬)

કસ્માચ્ચ તે ન નમેરન્મહાત્મન્ગરીયસે બ્રહ્મણોપ્યાદિકર્ત્રે,
અનન્ત દેવેશ જગન્નિવાસત્વમક્ષરં સદસત્તત્પરં યત્.(૩૭)

હે મહાત્મન ! હે અનંત ! હે દેવેશ ! હે જગનિવાસ ! બ્રહ્મના પણ આપ ગુરુરૂપ છો.આદિકર્તા તે સર્વ આપને શા માટે નમસ્કાર ન કરે ? આપ સત્ છો, આપ અસત્ છો. આપ તેનાથી ય પર છો. અક્ષર બ્રહ્મ પણ આપ જ છો.(૩૭)

ત્વમાદિદેવઃ પુરુષઃ પુરાણ-સ્ત્વમસ્ય વિશ્વસ્ય પરં નિધાનમ્,
વેત્તાસિ વેદ્યં ચ પરં ચ ધામત્વયા તતં વિશ્વમનન્તરૂપ.(૩૮)

હે અનંતરૂપ ! હે આદિદેવ ! આપ જ પુરાણપુરુષ છો.
આપ આ વિશ્વના લયસ્થાન રૂપ છો.આપ જ્ઞાતા છો,
અને જ્ઞેય છો અને આપ જ પરમ ધામ છો.(૩૮)

વાયુર્યમોગ્નિર્વરુણઃ શશાઙ્કઃપ્રજાપતિસ્ત્વં પ્રપિતામહશ્ચ,
નમો નમસ્તેસ્તુ સહસ્રકૃત્વઃપુનશ્ચ ભૂયોપિ નમો નમસ્તે.(૩૯)

વાયુ, યમ, અગ્નિ, વરુણ, ચંદ્ર, કશ્ય પાદિ પ્રજાપતિ અને
બ્રહ્મદેવના જનક પણ આપ જ છો.
આપને હજારો વાર નમસ્કાર હો.અને વારંવાર નમસ્કાર હો.(૩૯)

નમઃ પુરસ્તાદથ પૃષ્ઠતસ્તેનમોસ્તુ તે સર્વત એવ સર્વ,
અનન્તવીર્યામિતવિક્રમસ્ત્વંસર્વં સમાપ્નોષિ તતોસિ સર્વઃ.(૪૦)

હે સર્વરૂપ પરમેશ્વર ! આપને સામેથી, પાછળથી,
સર્વ તરફથી નમસ્કાર હો.આપના બળ અને પરાક્રમ અપાર છે.
આપનાથી આ સંપૂર્ણ જગત વ્યાપ્ત છે.તો પછી આપ જ સર્વ સ્વરૂપ છો.(૪૦)

સખેતિ મત્વા પ્રસભં યદુક્તંહે કૃષ્ણ હે યાદવ હે સખેતિ,
અજાનતા મહિમાનં તવેદંમયા પ્રમાદાત્પ્રણયેન વાપિ.(૪૧)

હે વિભુ ! આપના આ મહિમાને ન જાણનારા મેં, આપ મારા મિત્ર છો એમ
માની ને ચિત્તની ચંચળતાથી અથવા પ્રેમવશ હે કૃષ્ણ ! હે યાદવ ! હે સખા !
એ પ્રમાણે હઠપૂર્વક જે કંઇ કહ્યું હોય તે સર્વ પાપ મને ક્ષમા કરો.(૪૧)

યચ્ચાવહાસાર્થમસત્કૃતોસિવિહારશય્યાસનભોજનેષુ,
એકોથવાપ્યચ્યુત તત્સમક્ષંતત્ક્ષામયે ત્વામહમપ્રમેયમ્.(૪૨)

હે અચુય્ત ! પરિહાસથી, વિહારમાં, સૂતાં, બેસતાં, ખાતાં-પીતાં, એકલા અથવા
કદાચિત મિત્રોની સમક્ષ વિનોદાર્થે મેં આપનું જે કંઇ અપમાન કર્યું હોય
તે બધા માટે અચિંત્ય પ્રભાવવાળા આપ મને ક્ષમા કરો.(૪૧)

પિતાસિ લોકસ્ય ચરાચરસ્યત્વમસ્ય પૂજ્યશ્ચ ગુરુર્ગરીયાન્,
ન ત્વત્સમોસ્ત્યભ્યધિકઃ કુતોન્યોલોકત્રયેપ્ય પ્રતિમપ્રભાવ.(૪૩)

હે અનુપમ પ્રભાવ વાળા ! આપ આ ચરાચર જગત ના પિતા છો,
પૂજ્ય પરમગુરુ છો. અધિક ગૌરવ વાળા છો. ત્રણે લોકમાં આપના
સમાન બીજો કોઈ નથી.તો આપના થી અધિક તો ક્યાંથી હોય ? (૪૩)

તસ્માત્પ્રણમ્ય પ્રણિધાય કાયંપ્રસાદયે ત્વામહમીશમીડ્યમ્,
પિતેવ પુત્રસ્ય સખેવ સખ્યુઃપ્રિયઃ પ્રિયાયાર્હસિ દેવ સોઢુમ્.(૪૪)

એટલા માટે હે ભગવન્ ! હું સાષ્ટાંગ પ્રણામ કરી ને સ્તુતિ કરવા યોગ્ય અને સમર્થ એવા આપને પ્રસન્ન કરવા માટે પ્રાર્થના કરું છું.જેમ પિતા પુત્રના અપરાધ, મિત્ર મિત્રના અપરાધ અને પુરુષ પોતાની પ્રિયાના અપરાધ સહન કરે છે, તેમ આપ મારા અપરાધ સહન કરવા યોગ્ય છો.(૪૪)

અદૃષ્ટપૂર્વં હૃષિતોસ્મિ દૃષ્ટ્વાભયેન ચ પ્રવ્યથિતં મનો મે,
તદેવ મે દર્શય દેવ રૂપંપ્રસીદ દેવેશ જગન્નિવાસ.(૪૫)

હે દેવેશ ! હે જગ નિવાસ ! પહેલાં કદી ન જોયેલાં એવા આપના દિવ્ય વિશ્વરૂપને જોઇને મને હર્ષ થયો છે અને ભયથી મારું ચિત્ત અતિ વ્યાકુળ થયું છે. માટે હે દેવ આપ પ્રસન્ન થાઓ
અને મને આપનું પહેલાં નું મનુષ્ય સ્વરૂપ દેખાડો.(૪૫)

કિરીટિનં ગદિનં ચક્રહસ્ત-મિચ્છામિ ત્વાં દ્રષ્ટુમહં તથૈવ,
તેનૈવ રૂપેણ ચતુર્ભુજેનસહસ્ત્રબાહો ભવ વિશ્વમૂર્તે.(૪૬)

હે હજાર ભુજાવાળા ! હે વિશ્વમૂર્તિ ! આપને મુકુટધારી, હાથમાં ગદા-ચક્ર ધારણ કરેલા જોવાની મારી ઈચ્છા છે.
માટે આપ પહેલાંની જેમ ચતુર્ભુજ સ્વરૂપવાળા થવાની કૃપા કરો.(૪૬)

શ્રી ભગવાનુવાચ-
મયા પ્રસન્નેન તવાર્જુનેદંરૂપં પરં દર્શિતમાત્મયોગાત્,
તેજોમયં વિશ્વમનન્તમાદ્યંયન્મે ત્વદન્યેન ન દૃષ્ટપૂર્વમ્.(૪૭)

શ્રી ભગવાન કહે : હે અર્જુન ! તારા પર પ્રસન્ન થઈને મેં મારા આત્મયોગના સામર્થ્ય થી તને મારું આ પરમ તેજોમય, સમસ્ત, વિશ્વરૂપ, અનંત, અનાદિ એવું આ શ્રેષ્ઠરૂપ દેખાડ્યું છે.મારું આ રૂપ પહેલાં કોઈએ નિહાળ્યું નથી (૪૭)

ન વેદયજ્ઞાધ્યયનૈર્ન દાનૈ-ર્ન ચ ક્રિયાભિર્ન તપોભિરુગ્રૈઃ,
એવંરૂપઃ શક્ય અહં નૃલોકેદ્રષ્ટું ત્વદન્યેન કુરુપ્રવીર.(૪૮)

હે કુરુશ્રેષ્ઠ ! વેદોના તથા યજ્ઞોના પ્રભાવથી, દાન વડે, ક્રિયા કર્મ વડે અથવા ઉગ્ર તપસ્યા વડે મારું આ વિશ્વરૂપ આ મનુષ્યલોકમાં કોઇને મેં કદી પણ દેખાડ્યું નથી.કેવળ તું જ આ સ્વરૂપ જોઈ શક્યો.(૪૮)

મા તે વ્યથા મા ચ વિમૂઢભાવોદૃષ્ટ્વા રૂપં ઘોરમીદૃઙ્મમેદમ્,
વ્યપેતભીઃ પ્રીતમનાઃ પુનસ્ત્વંતદેવ મે રૂપમિદં પ્રપશ્ય.(૪૯)

મારા આ પ્રકારના આ ઘોર સ્વરૂપને જોઈને તું વ્યથિત ન થા.
અને વ્યાકુળ પણ ન થા.તું ફરી ભયરહિત અને પ્રસન્ન ચિત્તવાળો થઈને

મારું પહેલાંનું જ ચતુર્ભુજ સ્વરૂપ નીહાળ.(૪૯)

સંજય ઉવાચ-
ઇત્યર્જુનં વાસુદેવસ્તથોક્ત્વાસ્વકં રૂપં દર્શયામાસ ભૂયઃ,
આશ્વાસયામાસ ચ ભીતમેનંભૂત્વા પુનઃ સૌમ્યવપુર્મહાત્મા.(૫૦)

સંજય કહે : આમ વાસુદેવ પોતાના પરમ ભક્ત અર્જુનને આ પ્રમાણે કહીને
ફરી પોતાનું પૂર્વે હતું તે શરીર ધારણ કરી બતાવ્યું.આમ સૌમ્ય દેહવાળા
ભગવાને પોતાના ભય પામેલા ભક્ત અર્જુનને આશ્વાસન આપ્યું.(૫૦)

અર્જુન ઉવાચ-
દૃષ્ટ્વેદં માનુષં રૂપં તવસૌમ્યં જનાર્દન,
ઇદાનીમસ્મિ સંવૃત્તઃ સચેતાઃ પ્રકૃતિં ગતઃ.(૫૧)

અર્જુન કહે : હે જનાર્દન ! આપના આ સૌમ્ય મનુષ્યરૂપને જોઈને
હવે હું પ્રસન્ન ચિત્તવાળો થયો છું
તથા મારું મન પહેલાં જેવું સ્વસ્થ બની ગયું છે.(૫૧)

શ્રી ભગવાનુવાચ-
સુદુર્દર્શમિદં રૂપં દૃષ્ટવાનસિ યન્મમ,
દેવા અપ્યસ્ય રૂપસ્ય નિત્યં દર્શનકાઙ્ક્ષિણઃ.(૫૨)

શ્રી ભગવાન કહે : મારું જે વિરાટ સ્વરૂપ તેં હમણાં જોયું
તે રૂપ જોવાનું અત્યંત દુર્લભ છે.
દેવો પણ નિરંતર આ રૂપનાં દર્શન કરવાની ઈચ્છા રાખે છે.(૫૨)

નાહં વેદૈર્ન તપસા ન દાનેન ન ચેજ્યયા,
શક્ય એવંવિધો દ્રષ્ટું દૃષ્ટવાનસિ માં યથા.(૫૩)

તેં જે સ્વરૂપ વાળો હમણાં મને જોયો
તે સ્વરૂપવાળો હું વેદ્શાસ્ત્રના અધ્યયનથી, ચન્દ્રાયણાદિ તાપથી,
દાનથી અને યજ્ઞો થી પણ શક્ય નથી.(૫૩)

ભક્ત્યા ત્વનન્યયા શક્યમહમેવંવિધોર્જુન,
જ્ઞાતું દૃષ્ટું ચ તત્ત્વેન પ્રવેષ્ટું ચ પરંતપ.(૫૪)

હે પરંતપ ! હે અર્જુન ! મારા વિશ્વરૂપને ખરેખર જાણવાનું,
જોવાનું અને તદ્રુપ થવાનું
એક માત્ર સાધન કેવળ અનન્ય ભક્તિ જ છે.(૫૪)

મત્કર્મકૃન્મત્પરમો મદ્ભક્તઃ સઙ્ગવર્જિતઃ,
નિર્વૈરઃ સર્વભૂતેષુ યઃ સ મામેતિ પાણ્ડવ.(૫૫)

હે પાંડવ ! મને જે પ્રાપ્ત કરવાના ઉદ્દેશથી કર્મ કરનાર,
મને જ સર્વસ્વ માનનાર, ઉપાધિરહિત અને
સર્વ ભૂતોમાં જે વેર રહિત છે તે જ મારો ભક્ત છે.અને તે જ મને પામે છે.(૫૫)

અધ્યાય-૧૧-વિશ્વરૂપ-દર્શન-યોગ-સમાપ્ત

ટૂંકસાર-અધ્યાય-૧૧ -વિશ્વ રૂપ દર્શન યોગ

અર્જુન –હે કૃષ્ણ,આપે મને ઉચ્ચ અધ્યાત્મિક રહસ્ય સમજાવ્યું,તેનાથી મારો મોહ દૂર થયો છે,પણ હવે મને આપનું અવિનાશી રૂપ જોવાની ઈચ્છા છે(૧-૪)
કૃષ્ણ-હે અર્જુ ન ,તું સ્થૂળ ચક્ષુથી તે જોઈ શકીશ નહિ,માટે હું તને દિવ્યચક્ષુ આપું છું.તે વડે તું મારું અવિનાશી ,વિશ્વરૂપ ,અને વિરાટ રૂપને જો..(૫-૮)

અર્જુને જોયું તો હજારો સૂરજ એક સાથે ઉદય પામ્યા હોય તેવું તેજ આ સ્વરૂપનું દેખાણું.આ વિરાટ,વિશ્વ રૂપ દર્શન માં ભગવાન મુકુટ,ગદા અને ચક્ર વાળા, અતિશય કાંતિવાળા,હજારો હાથ વાળા,હજારો મસ્તકવાળા,હજારો ઉદરવાળા, આદિ,મધ્ય અને અંત વગરના દેખાતા હતા.તેમનાથી પૃથ્વી,આકાશ અને દિશાઓ વ્યાપ્ત થઇ ગયા હતા.વળી તેમના સંહારક રૂપ માં તેમનું મુખ જ્વલંત અગ્નિ નું બનેલું જોઈ અર્જુન ભયભીત પણ થાય છે.. (૧૩-૩૧)

"હે ,અર્જુન,હું લોકોના વિનાશ કરનાર કાલ સ્વરૂપે અહી પ્રવૃત થયો છું , તારા વિના પણ આ બધા યોધ્ધાઓ ઓ નાશ પામવાના છે,માટે મોહ ત્યજીને ઉઠ અને શત્રુઓ પાર વિજય મેળવી તું માત્ર નિમિત્ત થા..(૩૨-૩૩)
અર્જુન—હે કૃષ્ણ, આપ અનાદિ પુરાણ પુરુષ છો,વિશ્વના લય સ્થાન છો,આપ જાણનાર અને જાણવાયોગ્ય પરમ ધામ છો,આપ વડે સકળ વિશ્વ વ્યાપ્ત છે.(૩૮)

પૂર્વે નહિ જોયેલું આ દિવ્ય તેજોમય સ્વરૂપ જોઈ હું હર્ષ પામ્યો છું,
છતાં તમારું સંહારક સ્વરૂપ જોઈ ભયથી મારું મન ઘણું ગભરાઈ ગયું છે.
માટે હે દેવ,મને પૂર્વ નું રૂપ દેખાડો.(૪૫)ત્યારે કૃષ્ણે પોતાનું અસલ રૂપ દેખાડ્યું

કૃષ્ણ –હે અર્જુન,તેં જે પ્રકારે મારું વિરાટ દર્શન કર્યું,તે પ્રકારે હું વેદો વડે,તપ વડે ,દાન વડે કે યજ્ઞ વડે જોવાને શક્ય નથી,માત્ર અનન્ય ભક્તિ વડે જ એ દિવ્ય રૂપને જાણવા,જોવા,સાક્ષાત્કાર કરવાનું શક્ય છે.(૫૩-૫૪)
જે મારો ભક્ત,મારા માટે કર્મ કરનારો,મને જ શ્રેષ્ઠ માનનારો ,
મારા પરાયણ રહેનારો,જેણે સંગ નો ત્યાગ કર્યો છે,
અને સર્વ પ્રાણી પ્રત્યે વેર રહિત હોય છે,તે મને પામે છે .(૫૫)

અધ્યાય-૧૨-ભક્તિ યોગ

અર્જુન ઉવાચ-
એવં સતતયુક્તા યે ભક્તાસ્ત્વાં પર્યુપાસતે,
યેચાપ્યક્ષરમવ્યક્તં તેષાં કે યોગવિત્તમાઃ.(૧)

અર્જુન કહે છે-એ રીતે નિરંતર આપનું ધ્યાન ધરતા જે ભક્તો આપને સગુણ સ્વરૂપે ભજે છે, અને જે લોકો આપણી નિર્ગુણ સ્વરૂપ ની ઉપાસના કરે છે, તે બંનેમાં શ્રેષ્ઠ યોગવેતા કોણ? (૧)

શ્રી ભગવાનુવાચ-
મય્યાવેશ્ય મનો યે માં નિત્યયુક્તા ઉપાસતે,
શ્રધ્ધયા પરયોપેતાસ્તે મે યુક્તતમા મતાઃ.(૨)

શ્રી ભગવાન બોલ્યા- જેઓ મનને એકાગ્ર કરી ,નિરંતર ધ્યાન ધરતાં શ્રેષ્ઠ શ્રધ્ધાથી યુક્ત થઇ મને ઉપાસે છે તેમને મેં શ્રેષ્ઠ યોગવેત્તાઓ માન્યા છે.(૨)

યે ત્વક્ષરમનિર્દેશ્યમવ્યક્તં પર્યુપાસતે,
સર્વત્રગમચિન્ત્યં ચ કૂટસ્થમચલં ધ્રુવમ્.(૩)

સંનિયમ્યેન્દ્રિયગ્રામં સર્વત્ર સમબુધ્ધયઃ,
તે પ્રાપ્નુવન્તિ મામેવ સર્વભૂતહિતે રતાઃ.(૪)

ક્લેશોધિકતરસ્તેષામવ્યક્તાસક્તચેતસામ્,
અવ્યક્તા હિ ગતિર્દુઃખં દેહવદ્ભિરવાપ્યતે.(૫)

સર્વ જીવો (ભૂતો) નું હિત કરવામાં તત્પર અને સર્વમાં સમદ્રષ્ટિ રાખવાવાળા જે પુરુષો,સર્વ ઇન્દ્રિયોનું યથાર્થ નિયમન કરીને અનિર્દ્રશ્ય,અવ્યક્ત, સર્વમાં વ્યાપેલા ,અચિંત્ય,કુટસ્થ,અચળ,શાશ્વત તથા અવિનાશી બ્રહ્મની ઉપાસના કરેછે,તેઓ મને જ પામે છે.
નિર્ગુણ બ્રહ્મની ઉપાસના કરનારા દેહધારી મનુષ્યો કષ્ટથી એ ઉપાસના કરે છે અને તેમને અવ્યક્ત ગતિ ઘણા યત્નથી પ્રાપ્ત થાયછે.(૩,૪,૫)

યે તુ સર્વાણિ કર્માણિ મયિ સંન્યસ્ય મત્પરાઃ,
અનન્યેનૈવ યોગેન માં ધ્યાયન્ત ઉપાસતે.(૬)

તેષામહં સમુધ્ધર્તા મૃત્યુસંસારસાગરાત્,
ભવામિ નચિરાત્પાર્થ મય્યાવેશિતચેતસામ્.(૭)

કિન્તુ જેઓ મારા પરાયણ થઇ ને સર્વે કર્મો મને અર્પણ કરેછે અને મારુ જ ધ્યાન ધરી અનન્ય શ્રધ્ધા ભાવ થી મારીજ ઉપાસના કરેછે તથા જેઓ પોતાનું ચિત્ત મને જ સમર્પિત કરી દે છે એવા મારા ભક્તોનો
હે પાર્થ ! હું જન્મ-મરણ રૂપી આ સંસારમાંથી તરત જ ઉધ્ધાર કરું છું.(૬,૭)

મય્યેવ મન આધત્સ્વ મયિ બુદ્ધિં નિવેશય,
નિવસિષ્યસિ મય્યેવ અત ઊર્ધ્વં ન સંશયઃ.(૮)

મનને મારા વિષે સ્થિર કર અને બુધ્દિને પણ મારા વિષે સ્થિર કર
તેમ કરવાથી આ દેહના અંત પછી તું મારામાં જ નિવાસ કરીશ,
એમાં શંકાને કોઈ સ્થાન નથી.(૮)

અથ ચિત્તં સમાધાતું ન શક્નોષિ મયિ સ્થિરમ્,
અભ્યાસયોગેન તતો મામિચ્છાપ્તું ધનઞ્જય.(૯)

હે ધનંજય, જો મારા સગુણ રૂપમાં મન સ્થાપીને સ્થિર કરવા માટે તું
અસમર્થ હોય તો -અભ્યાસના યોગ વડે મને પામવાની ઈચ્છા કર.(૯)

અભ્યાસેપ્યસમર્થોસિ મત્કર્મપરમો ભવ,
મદર્થમપિ કર્માણિ કુર્વન્ સિદ્ધિમવાપ્સ્યસિ.(૧૦)

અભ્યાસ નો યોગ કરવા માં પણ તું અસમર્થ હોય તો મારા ઉદ્દેશથી જ કર્મ
કરતો રહે મને ઉદ્દેશીને કર્મો કરીશ તો પણ તું સિધ્દિને પ્રાપ્ત કરીશ.(૧૦)

અથૈતદપ્યશક્તોસિ કર્તું મદ્યોગમાશ્રિતઃ,
સર્વકર્મફલત્યાગં તતઃ કુરુ યતાત્મવાન્.(૧૧)

જો મને ઉદ્દેશીને કર્મો કરવામાં પણ તું અશક્ત હોય તો મારા યોગનો
આશ્રય કરી-મનનો સંયમ કર,અને અનન્ય ભાવે મારા શરણે આવી,
સર્વ કર્મો નાં ફળ નો ત્યાગ કરી દે.(૧૧)

શ્રેયો હિ જ્ઞાનમભ્યાસાજ્જ્ઞાનાદ્ધ્યાનં વિશિષ્યતે,
ધ્યાનાત્કર્મફલત્યાગસ્ત્યાગાચ્છાન્તિરનન્તરમ્.(૧૨)

અભ્યાસ કરતાં જ્ઞાન શ્રેષ્ઠ છે અને જ્ઞાન કરતાં ધ્યાન શ્રેષ્ઠ છે અને
ધ્યાન કરતાં કર્મ ના ફળ નો ત્યાગ શ્રેષ્ઠ છે કારણકે કર્મફળ ના ત્યાગથી
શાંતિ મળે છે.આ રીતે આગળ વધવાથી શાંતિ પ્રાપ્ત થાય છે.(૧૨)

અદ્વેષ્ટા સર્વભૂતાનાં મૈત્રઃ કરુણ એવ ચ,
નિર્મમો નિરહઙ્કારઃ સમદુઃખસુખઃ ક્ષમી.(૧૩)

જે સર્વ ભૂતોનો દ્વેષ નથી કરતો પરંતુ સર્વ નો મિત્ર છે,જે કરુણા મય છે,
જે મમતા રહિત છે,જે અહંકાર રહિત છે,જે સુખ દુઃખ માં સમાન ભાવ રાખે છે,
જે ક્ષમાવાન છે,(૧૩)

સન્તુષ્ટઃ સતતં યોગી યતાત્મા દૃઢનિશ્ચયઃ,
મય્યર્પિતમનોબુદ્ધિર્યો મદ્ભક્તઃ સ મે પ્રિયઃ.(૧૪)

જે સદા સંતુષ્ટ રહે છે,જે સ્થિર ચિત્ત છે,જેનું મન સંયમિત છે,જે દઢ નિશ્ચયી છે અને
જેણે પોતાનું મન તથા બુધ્ધિ મને અર્પણ કર્યાં છે એવો મારો ભક્ત મને પ્રિય છે.(૧૪)

યસ્માન્નોદ્વિજતે લોકો લોકાન્નોદ્વિજતે ચ યઃ,
હર્ષામર્ષભયોદ્વેગૈર્મુક્તો યઃ સ ચ મે પ્રિયઃ.(૧૫)

જેનાથી લોકોને સંતાપ થતો નથી તથા લોકોના સંસર્ગ થી જેને સંતાપ થતો નથી,
તેમજ જે હર્ષ ,અદેખાઇ ,ભય તથા ઉદ્વેગ થી મુક્ત છે તે મને પ્રિય છે.(૧૫)

અનપેક્ષઃ શુચિર્દક્ષ ઉદાસીનો ગતવ્યથઃ,
સર્વારમ્ભપરિત્યાગી યો મદ્ભક્તઃ સ મે પ્રિયઃ.(૧૬)

મારો જે ભક્ત સ્પૃહારહિત ,આંતર-બાહ્ય રીતે પવિત્ર,દક્ષ,ઉદાસીન,વ્યથારહિત
અને સર્વ આરંભ નો ત્યાગ કરનારો છે તે મને પ્રિય છે.(૧૬)

યો ન હૃષ્યતિ ન દ્વેષ્ટિ ન શોચતિ ન કાઙ્ક્ષતિ,
શુભાશુભપરિત્યાગી ભક્તિમાન્યઃ સ મે પ્રિયઃ.(૧૭)

જે હર્ષ પામતો નથી ,જે દ્વેષ કરતો નથી,જે ઇચ્છા કરતો નથી,
જે શુભ અને અશુભનો ત્યાગ કરનારો ભક્તિમાન છે તે મને પ્રિય છે.(૧૭)

સમઃ શત્રૌ ચ મિત્રે ચ તથા માનાપમાનયોઃ,
શીતોષ્ણસુખદુઃખેષુ સમઃ સઙ્ગવિવર્જિતઃ.(૧૮)

તુલ્યનિન્દાસ્તુતિર્મૌની સન્તુષ્ટો યેનકેનચિત્,
અનિકેતઃ સ્થિરમતિર્ભક્તિમાન્મે પ્રિયો નરઃ.(૧૯)

જે શત્રુ તથા મિત્રમાં સમાનભાવ રાખે છે,માન-અપમાનમાં સમ છે,ટાઢ-તડકો,
સુખ-દુઃખમાં સમ છે,તથા સંગ થી રહિત (આસક્તિ વગરનો) છે
અને જે નિંદા-સ્તુતિમાં સમાનતાથી વર્તે છે,જે મૌન ધારણ કરેછે, જે કંઇ મળે
તેમાં સંતુષ્ઠ રહેછે,જેનો નિવાસ સ્થિર નથી (સ્થળની આસક્તિ નથી)
જેની બુધ્ધિ સ્થિર છે તે ભક્તિમાન મનુષ્ય મને પ્રિય છે.(૧૮,૧૯)

યે તુ ધર્મ્યામૃતમિદં યથોક્તં પર્યુપાસતે,
શ્રદ્દધાના મત્પરમા ભક્તાસ્તેતીવ મે પ્રિયાઃ.(૨૦)

પરંતુ મારામાં શ્રધ્ધા રાખીને અને મારા પરાયણ થઇને મારા જે ભક્તો અત્યાર
સુધીમાં વર્ણવેલા ધર્મ રૂપ અમૃત નું સેવન કરેછે તે ભક્તો મને અત્યંત પ્રિય છે.(૨૦)

અધ્યાય-૧૨-ભક્તિ યોગ-સમાપ્ત.

ટૂંકસાર-અધ્યાય-૧૨ -ભક્તિ યોગ

અર્જુન-
હે, કૃષ્ણ,સાકાર ,સગુણ બ્રહ્મ ની ઉપાસના કરનાર,કે નિરાકાર,
નિર્ગુણ બ્રહ્મની ઉપાસના કરનાર,આ બે માં થી ઉત્તમ કોણ?(૧)

કૃષ્ણ-
હે અર્જુન,જેઓ મારામાં મન રાખીને,
નિત્ય તત્પર રહીને શ્રધ્ધા થી મને ભજે છે,તે શ્રેષ્ઠ યોગી છે .(૨)

નિરાકાર,નિર્ગુણ બ્રહ્મ નીઉપાસના કરનારા દેહધારી પુરુષોને
ઉપાસના નું (દમન નું) કષ્ટ થાય છે.
અને અવ્યક્ત ગતિ મહાપ્રયાસ થી પ્રાપ્ત થાય છે....(૫)

---માટે તું મારામાં જ મન સ્થિર કર,મારામાં જ બુધ્ધિ પરોવ.
એમ કર્યાથી તું મારામાં જ વાસ કરીશ,એમાં શંકા નથી.. (૮)
---જો તું આમ ના કરી શકતો હોય તો અભ્યાસ યોગ વડે મને પ્રાપ્ત કર..(૯)
---અભ્યાસયોગ પણ ના કરી શકતો હોય તો મારે માટે જ કર્મ પરાયણ બન(૧૦)
---જો આમ કરવા પણ તું અસમર્થ હોય તો,
મન નો સંયમ કરી કર્મફળો નો ત્યાગ કરી કર્મ કર .(૧૧)

કારણકે અભ્યાસ કરતાં જ્ઞાન શ્રેષ્ઠ છે,જ્ઞાન કરતાં ધ્યાન શ્રેષ્ઠ છે,
અને ધ્યાન કરતાં પણ કર્મ ફળોનો ત્યાગ શ્રેષ્ઠ છે..(૧૨)

જે કોઈ નો દ્વેષ નહિ કરનાર,મિત્રભાવે વર્તનાર,
દયાળુ,મમતા વિનાનો,અહંકાર વગરનો,સરળ,
સુખ દુઃખ ને સમાન માનનાર,ક્ષમાશીલ ,સદા સંતોષી,
યોગનિષ્ઠ,ઇન્દ્રિયોને વશમાં રાખનાર,દ્રઢ નિશ્ચય વાળો અને
મારામાં મન બુધ્ધિવાળો હોય છે,તે મારો ભક્ત મને પ્રિય છે .(૧૩-૧૪)

જેઓ મારામાં 'પરમ શ્રધ્ધા ' રાખી,
મારામાં 'પરાયણ' રહી,અત્યાર સુધી માં વર્ણવેલા
'ધર્મ મય' અમૃત નું સેવન કરે છે.તે મને પ્રિય છે. (૨૦)

અધ્યાય-૧૩-ક્ષેત્રક્ષેત્રજ્ઞવિભાગયોગ

અર્જુન ઉવાચ-
પ્રકૃતિં પુરુષં ચૈવ ક્ષેત્રં ક્ષેત્રજ્ઞમેવ ચ,
એતદ્વેદિતુમિચ્છામિ જ્ઞાનં જ્ઞેયં ચ કેશવ

અર્જુન કહે છે-પ્રકૃતિ અને પુરુષ,ક્ષેત્ર અને ક્ષેત્રજ્ઞ ,જ્ઞાન અને જ્ઞેય
આ બધાં વિષે હું જાણવા ઈચ્છું છું.
(નોંધ-કેટલાંક પુસ્તકોમાં આ શ્લોક પાછળ થી ઉમેરાયો છે,એમ ટીકાકારો માને છે,
જો આ શ્લોક નો ઉમેરો કરવામાં આવે તો ગીતાના કુળ શ્લોકો ની સંખ્યા ૭૦૧ ની
થશે.એટલે આ શ્લોકને નંબર આપ્યો નથી)

શ્રી ભગવાનુવાચ-
ઇદં શરીરં કૌન્તેય ક્ષેત્રમિત્યભિધીયતે,
એતદ્યો વેત્તિ તં પ્રાહુઃ ક્ષેત્રજ્ઞ ઇતિ તદ્વિદઃ.(૧)

ભગવાન : હે,કાંતેય,આ દેહ "ક્ષેત્ર 'કહેવાય છે
અને તેને જાણે છે તે તત્વજ્ઞ મનુષ્ય (જીવાત્મા) "ક્ષેત્રજ્ઞ "કહેવાય છે.(૧)

ક્ષેત્રજ્ઞં ચાપિ માં વિદ્ધિ સર્વક્ષેત્રેષુ ભારત,
ક્ષેત્રક્ષેત્રજ્ઞયોર્જ્ઞાનં યત્તજ્જ્ઞાનં મતં મમ.(૨)

હે ભારત ! સર્વ ક્ષેત્રોમાં જે ક્ષેત્રજ્ઞ છે તે પણ હું જ છું એમ સમજ.
ક્ષેત્ર તથા ક્ષેત્રજ્ઞનું જે જ્ઞાન છે તે શ્રેષ્ઠ જ્ઞાન છે તેવો મારો મત છે.(૨)

તત્ક્ષેત્રં યચ્ચ યાદૃક્ ચ યદ્વિકારિ યતશ્ચ યત્,
સ ચ યો યત્પ્રભાવશ્ચ તત્સમાસેન મે શ્રૃણુ.(૩)

ક્ષેત્ર શું અને એનું સ્વરૂપ શું?તેના વિકારો કયા? અને તે ક્યાંથી આવે છે?
અને ક્ષેત્રજ્ઞ કોણ છે?તેની શક્તિ ઓ શી?
તે ક્ષેત્ર તથા ક્ષેત્રજ્ઞના સ્વરૂપને મારી પાસેથી ટૂંકમાં સાંભળ.(૩)

ઋષિભિર્બહુધા ગીતં છન્દોભિર્વિવિધૈઃ પૃથક્,
બ્રહ્મસૂત્રપદૈશ્ચૈવ હેતુમદ્ભિર્વિનિશ્ચિતૈઃ.(૪)

આ જ્ઞાન ઋષિઓએ વિવિધ રીતે નીરૂપેલું છે,વિવિધ વેદોએ
વિભાગ પૂર્વક કરેલું છે.અને યુક્તિથી યુક્ત તથા નિશ્ચિત અર્થવાળા
બ્રહ્મસુત્ર ના પદો દ્વારા પણ વર્ણવેલું છે.(૪)

મહાભૂતાન્યહઙ્કારો બુદ્ધિરવ્યક્તમેવ ચ,
ઇન્દ્રિયાણિ દશૈકં ચ પઞ્ચ ચેન્દ્રિયગોચરાઃ.(૫)

પંચમહાભૂત, અહંકાર, બુદ્ધિ, મહતત્વ, દશ ઇન્દ્રિયો, મન અને
ક્ષેત્રાદિક જ્ઞાનેન્દ્રિયોના શબ્દાદિક પાંચ વિષયો.(૫)

ઇચ્છા દ્વેષઃ સુખં દુઃખં સઙ્ઘાતશ્ચેતનાધૃતિઃ,
એતત્ક્ષેત્રં સમાસેન સવિકારમુદાહૃતમ્.(૬)

વાણી આદિ પાંચ કર્મેન્દ્રિયોના પંચ વિષયો, ઈચ્છા, દ્વેષ, સુખ-દુખ, સંઘાત,
ચેતના,ધૈર્ય-એ વિકારોથી યુક્ત આ ક્ષેત્ર (દેહ) છે તે મેં ટૂંકમાં કહ્યું.(૬)

અમાનિત્વમદમ્ભિત્વમહિંસા ક્ષાન્તિરાર્જવમ્,
આચાર્યોપાસનં શૌચં સ્થૈર્યમાત્મવિનિગ્રહઃ. (૭)

અમાનીપણું, અદંભીપણું ,અહિંસા, ક્ષમા,સરળતા, આચાર્યની ઉપાસના,
પવિત્રતા,એક નિષ્ઠા,અને આત્મ સંયમ; (૭)

ઇન્દ્રિયાર્થેષુ વૈરાગ્યમનહઙ્કાર એવ ચ,
જન્મમૃત્યુજરાવ્યાધિદુઃખદોષાનુદર્શનમ્.(૮)

ઇન્દ્રિયાદી વિષયોમાં વૈરાગ્ય,તેમજ અહંકાર રહિતપણું,
જન્મ, મૃત્યુ, જરા,વ્યાધિ તથા દુઃખો પ્રત્યેના દોષો જોવા; (૮)

અસક્તિરનભિષ્વઙ્ગઃ પુત્રદારગૃહાદિષુ,
નિત્યં ચ સમચિત્તત્વમિષ્ટાનિષ્ટોપપત્તિષુ.(૯)

પુત્ર, સ્ત્રી, ઘર વગેરે પદાર્થોમાં પ્રીતિનો અભાવ, અહં-મમતાનો અભાવ
અને ઇષ્ટની તથા અનિષ્ટની પ્રાપ્તિમાં સદા સમાનભાવ રાખવો; (૯)

મયિ ચાનન્યયોગેન ભક્તિરવ્યભિચારિણી,
વિવિક્તદેશસેવિત્વમરતિર્જનસંસદિ.(૧૦)

મારામાં અનન્ય ભાવથી નિર્દોષ ભક્તિ હોવી, એકાંતવાસ પર પ્રેમ
અને લોકસમુદાયમાં રહેવા પ્રત્યે અપ્રીતિ હોવી. (૧૦)

અધ્યાત્મજ્ઞાનનિત્યત્વં તત્ત્વજ્ઞાનાર્થદર્શનમ્,
એતજ્જ્ઞાનમિતિ પ્રોક્તમજ્ઞાનં યદતોન્યથા.(૧૧)

અધ્યાત્મજ્ઞાનમાં નિષ્ઠા રાખવી,તત્વજ્ઞાનનો વિચાર કરવો.
આ જ્ઞાન કહેવાય છે.આનાથી વિરુદ્ધ છે તે અજ્ઞાન કહેવાય છે. (૧૧)

જ્ઞેયં યત્તત્પ્રવક્ષ્યામિ યજ્જ્ઞાત્વામૃતમશ્નુતે,
અનાદિમત્પરં બ્રહ્મ ન સત્તન્નાસદુચ્યતે.(૧૨)

જે જાણવા યોગ્ય છે,જેને જાણવાથી જીવ ને મોક્ષ મળે છે,

તે વિષે હવે તને કહું છું,તે અનાદિ સર્વોત્કૃષ્ટ બ્રહ્મને
સત્ પણ કહી શકાય તેમ નથી અને અસત્ પણ કહી શકાય તેમ નથી.(૧૨)

સર્વતઃ પાણિપાદં તત્સર્વતોક્ષિશિરોમુખમ્,
સર્વતઃ શ્રુતિમલ્લોકે સર્વમાવૃત્ય તિષ્ઠતિ.(૧૩)

તેને સર્વ તરફ હાથ,પગ,નેત્ર,શિર,મુખ અને કાન છે અને એવા સર્વજ્ઞ
શક્તિમાન રૂપે આ લોકમાં,ચરાચર જગતમાં,તે સર્વત્ર વ્યાપેલું છે.(૧૩)

સર્વેન્દ્રિયગુણાભાસં સર્વેન્દ્રિયવિવર્જિતમ્,
અસક્તં સર્વભૃચ્ચૈવ નિર્ગુણં ગુણભોક્તૃ ચ.(૧૪)

તે સર્વ ઇન્દ્રિયોનું જ્ઞાન કરાવનાર હોવા છતાં સર્વ ઇન્દ્રિયોથી રહિત છે.
તે ક્યાંય આસક્તિ રાખતો નથી.છતાં સર્વને ધારણ કરે છે.
તે ગુણ રહિત હોવા છતાં ગુણનો ઉપભોગ કરે છે.(૧૪)

બહિરન્તશ્ચ ભૂતાનામચરં ચરમેવ ચ,
સૂક્ષ્મત્વાત્તદવિજ્ઞેયં દૂરસ્થં ચાન્તિકે ચ તત્.(૧૫)

તે જ્ઞેય ભૂતોની બહાર અને અંદર તેમજ સ્થાવર રૂપ
તથા જંગમ પ્રાણી સમુદાય રૂપ છે.તે સૂક્ષ્મ હોવાથી
જાણી શકાય તેવું નથી તથા દુર રહેલું છે અને અત્યંત સમીપમાં છે.(૧૫)

અવિભક્તં ચ ભૂતેષુ વિભક્તમિવ ચ સ્થિતમ્,
ભૂતભર્તૃ ચ તજ્જ્ઞેયં ગ્રસિષ્ણુ પ્રભવિષ્ણુ ચ.(૧૬)

અને તે બ્રહ્મ સર્વ ભૂતોમાં એક છે, છતાં જાણે ભિન્ન હોય એવી રીતે રહેલું છે.
તે સર્વ ભૂતોને ધારણ કરનાર,પ્રલયકાળે
સર્વ નો સંહાર કરનાર તથા સર્વને ઉત્પન્ન કરવાના સામર્થ્યવાળું જાણવું.(૧૬)

જ્યોતિષામપિ તજ્જ્યોતિસ્તમસઃ પરમુચ્યતે,
જ્ઞાનં જ્ઞેયં જ્ઞાનગમ્યં હૃદિ સર્વસ્ય વિષ્ઠિતમ્.(૧૭)

તે બ્રહ્મ ચંદ્ર-સુર્યાદિક ને પણ પ્રકાશ આપે છે.તે અજ્ઞાનરૂપી અંધકારની
પેલી બાજુએ છે એમ જાણવું.તે જ્ઞાન સ્વરૂપ,જ્ઞેય સ્વરૂપ તથા
જ્ઞાનથી પ્રાપ્ત કરવા યોગ્ય છે તે જ સર્વ ના હૃદયમાં વિધમાન છે.(૧૭)

ઇતિ ક્ષેત્રં તથા જ્ઞાનં જ્ઞેયં ચોક્તં સમાસતઃ,
મદ્ભક્ત એતદ્વિજ્ઞાય મદ્ભાવાયોપપધતે.(૧૮)

એ પ્રમાણે ક્ષેત્ર, જ્ઞાન અને જ્ઞેય તને ટુંકાણમાં સંભળાવ્યાં.એમને જાણવાથી
મારો ભક્ત મારા ભાવને (સ્વ-રૂપને) પ્રાપ્ત કરે છે.(૧૮)

પ્રકૃતિં પુરુષં ચૈવ વિદ્ધ્યનાદી ઉભાવપિ,
વિકારાંશ્ચ ગુણાંશ્ચૈવ વિધ્દ્ધિ પ્રકૃતિસંભવાન્.(૧૯)

ક્ષેત્રરૂપ પરાપ્રકૃતિ તથા ક્ષેત્રજ્ઞરૂપ અપરા પ્રકૃતિ બંનેને પણ તું નિત્ય જ જાણ,
તથા વિકારો અને ગુણોને પ્રકૃતિથી ઉત્પન્ન થયેલા તું જાણ.(૧૯)

કાર્યકારણકર્તૃત્વે હેતુઃ પ્રકૃતિરુચ્યતે,
પુરુષઃ સુખદુઃખાનાં ભોક્તૃત્વે હેતુરુચ્યતે.(૨૦)

કાર્યકારણના કર્તાપણામાં પ્રકૃતિ કારણ કહેવાય છે.
સુખ-દુઃખોના ભોક્તાપણામાં ક્ષેત્રજ્ઞ આત્મા કારણ કહેવાય છે.(૨૦)

પુરુષઃ પ્રકૃતિસ્થો હિ ભુઙ્ક્તે પ્રકૃતિજાન્ગુણાન્,
કારણં ગુણસઙ્ગોસ્ય સદસદ્યોનિજન્મસુ.(૨૧)

ક્ષેત્રજ્ઞ પ્રકૃતિમાં રહેલો,પ્રકૃતિથી ઉત્પન્ન થયેલા સુખદુઃખાદિક ગુણોને ભોગવે છે.
એ પુરુષના સારીનરસી યોનિમાં જન્મનું કારણ ગુણનો સંગ જ છે.(૨૧)

ઉપદ્રષ્ટાનુમન્તા ચ ભર્તા ભોક્તા મહેશ્વરઃ,
પરમાત્મેતિ ચાપ્યુક્તો દેહેસ્મિન્પુરુષઃ પરઃ.(૨૨)

આ દેહ માં સર્વ ભિન્ન પુરુષ સાક્ષી અને અનુમતિ આપનારો ભર્તા અને
ભોક્તા,મહેશ્વર અને પરમાત્મા એ નામ વડે પણ કહ્યો છે.(૨૨)

ય એવં વેત્તિ પુરુષં પ્રકૃતિં ચ ગુણૈઃસહ,
સર્વથા વર્તમાનોપિ ન સ ભૂયોભિજાયતે.(૨૩)

જે ઉપરોક્ત પ્રકારે ક્ષેત્રજ્ઞ ને સર્વ વિકારો સહિત પ્રકૃતિને જાણે છે,
તે સર્વ પ્રકારે વર્તતો હોવા છતાં ફરીથી જન્મ પામતો નથી. (૨૩)

ધ્યાનેનાત્મનિ પશ્યન્તિ કેચિદાત્માનમાત્મના,
અન્યે સાંખ્યેન યોગેન કર્મયોગેન ચાપરે.(૨૪)

કેટલાક ધ્યાન વડે હ્રદયમાં આત્માને શુધ્દ્ધ અંતઃકરણ વડે જુવે છે.કેટલાક
સાંખ્યયોગ વડે અને બીજાઓ કર્મયોગ વડે પોતામાં આત્માને જુવે છે. (૨૪)

અન્યે ત્વેવમજાનન્તઃ શ્રુત્વાન્યેભ્ય ઉપાસતે,
તેપિ ચાતિતરન્ત્યેવ મૃત્યું શ્રુતિપરાયણાઃ.(૨૫)

વળી બીજા એ પ્રમાણે આત્માને નહિ જાણતાં છતાં
બીજાઓથી શ્રવણ કરી આત્માને ઉપાસે છે.
તેઓ પણ ગુરુ ઉપદેશ શ્રવણમાં તત્પર રહી મૃત્યુ ને તરી જાય છે.(૨૫)

યાવત્સઞ્જાયતે કિઞ્ચિત્સત્ત્વં સ્થાવરજઙ્ગમમ્,
ક્ષેત્રક્ષેત્રજ્ઞસંયોગાત્તદ્વિદ્ધિ ભરતર્ષભ.(૨૬)

સ્થાવર અને જંગમ,કોઈ પણ પ્રાણી,ક્ષેત્ર ને ક્ષેત્રજ્ઞ ના સંયોગથી પેદા થાય છે.(૨૬)

સમં સર્વેષુ ભૂતેષુ તિષ્ઠન્તં પરમેશ્વરમ્,
વિનશ્યત્સ્વવિનશ્યન્તં યઃ પશ્યતિ સ પશ્યતિ.(૨૭)

વિનાશ પામનારાં સર્વ ભૂતોમાં સમભાવે રહેલા અવિનાશી પરમેશ્વર ને જે જુવે છે
તે યથાર્થ જુવે છે.અને તે જ ખરો જ્ઞાની છે. (૨૭)

સમં પશ્યન્હિ સર્વત્ર સમવસ્થિતમીશ્વરમ્,
ન હિનસ્ત્યાત્મનાત્માનં તતો યાતિ પરાં ગતિમ્.(૨૮)

સર્વત્ર સમભાવે રહેલા ઈશ્વરને ખરેખર સમભાવે જોતો પુરુષ આત્મા વડે
આત્માને હણતો નથી.તેથી પરમગતિ ને પામે છે.(૨૮)

પ્રકૃત્યૈવ ચ કર્માણિ ક્રિયમાણાનિ સર્વશઃ,
યઃ પશ્યતિ તથાત્માનમકર્તારં સ પશ્યતિ.(૨૯)

તથા પ્રકૃતિ વડે જ સર્વ પ્રકારે કર્મો કરાય છે,એમ જે જુવે છે,
તેમજ આત્માને અકર્તા જુવે છે-તે યથાર્થ જુવે છે.(૨૯)

યદા ભૂતપૃથગ્ભાવમેકસ્થમનુપશ્યતિ,
તત એવ ચ વિસ્તારં બ્રહ્મ સમ્પદ્યતે તદા.(૩૦)

જયારે મનુષ્ય સર્વ ભૂતોના ભિન્નપણા ને એક આત્મામાં રહેલો જુવે છે તથા
આત્માથી તે ભૂતોના વિસ્તારને જુવે છે, ત્યારે બ્રહ્મરૂપને પામે છે.(૩૦)

અનાદિત્વાન્નિર્ગુણત્વાત્પરમાત્માયમવ્યયઃ,
શરીરસ્થોપિ કૌન્તેય ન કરોતિ ન લિપ્યતે.(૩૧)

હે કાંન્તેય ! અનાદિ નિર્ગુણ હોવાથી આ પરમાત્મા અવિકારી છે,તે દેહ માં
હોવા છતાં પણ કંઈ કરતા નથી તથા કશાથી લેપાતા નથી.(૩૧)

યથા સર્વગતં સૌક્ષ્મ્યાદાકાશં નોપલિપ્યતે,
સર્વત્રાવસ્થિતો દેહે તથાત્મા નોપલિપ્યતે.(૩૨)

જેમ સર્વવ્યાપક આકાશ સૂક્ષ્મપણા ને લીધે લેપાતું નથી.
તેવી રીતે સર્વ દેહોમાં રહેલો આત્મા લેપાતો નથી.(૩૨)

યથા પ્રકાશયત્યેકઃ કૃત્સ્નં લોકમિમં રવિઃ,
ક્ષેત્રં ક્ષેત્રી તથા કૃત્સ્નં પ્રકાશયતિ ભારત.(૩૩)

હે ભારત ! જેમ એક સૂર્ય આ સર્વ લોકને પ્રકાશિત કરેછે
તેમ ક્ષેત્રજ્ઞ સર્વ ક્ષેત્રને પ્રકાશિત કરે છે.(33)

ક્ષેત્રક્ષેત્રજ્ઞયોરેવમન્તરં જ્ઞાનચક્ષુષા,
ભૂતપ્રકૃતિમોક્ષં ચ યે વિદુર્યાન્તિ તે પરમ્.(૩૪)

જેવો ક્ષેત્ર તથા ક્ષેત્રજ્ઞના ભેદને એ પ્રમાણે જ્ઞાનરૂપી નેત્રો વડે અને
ભૂતોના મોક્ષને કારણરૂપ જાણે છે,તેઓ બ્રહ્મને પામે છે.(૩૪)

અધ્યાય-૧૩-ક્ષેત્ર-ક્ષેત્રજ્ઞવિભાગયોગ-સમાપ્ત

ટૂંકસાર-અધ્યાય-૧૩-ક્ષેત્ર-ક્ષેત્રજ્ઞવિભાગયોગ

અર્જુન-ક્ષેત્ર-ક્ષેત્રજ્ઞ,જ્ઞાન-જ્ઞેય અને પ્રકૃતિ-પુરુષ વિષે હું જાણવા ઈચ્છું છું(૧)
કૃષ્ણ-શરીર ને ક્ષેત્ર કહેવાય છે,અને તેને જે જાણે છે તેને ક્ષેત્રજ્ઞ કહે છે.(૨)
સર્વ શરીરમાં (ક્ષેત્રમાં)રહેલા મને (આત્માને) ,તું ક્ષેત્રજ્ઞ જાણ.
આ ક્ષેત્ર ક્ષેત્રજ્ઞ નું જે જ્ઞાન છે તે 'જ્ઞાન' છે.(3)
આત્મ જ્ઞાનમાં નિષ્ઠા અને તત્વજ્ઞાનનું મનન—
આ લક્ષણો જ્ઞાન પ્રાપ્તિ કરાવી આપનારા છે,માટે તેને -"જ્ઞાન" કહ્યું છે.

'જ્ઞેય' એટલે કે 'જે જાણવા યોગ્ય છે તે'-
જે જાણવાથી મોક્ષ મળે છે તે—અને 'તે' અનાદિ 'બ્રહ્મ' છે
ક્ષેત્ર (શરીર) પાંચ મહાભૂતોનું બનેલું છે,અને તેના અહંકાર,સુખ-દુઃખ,
રાગ-દ્વેષ જેવા વિકારો છે .(૬-૭)
'પ્રકૃતિ' અને 'પુરુષ' ,બન્ને ને તું અનાદિ અને નિત્ય જાણ,
શરીરના રાગ-દ્વેષાદિ,સત્વ આદિ વિકારો 'પ્રકૃતિ' થી ઉત્પન્ન થયેલા જાણ
તે ,'બ્રહ્મ', 'પુરુષ' ને સર્વ બાજુ –હાથ-પગ,નેત્રો,મસ્તક,મુખ ને કાન છે.
અને સંપૂર્ણ લોકમાં સર્વમાં વ્યાપ્ત છે.(૧૪)

તે સર્વ ઇન્દ્રિયો તથા વિષયો રૂપે ભાસે છે,છતાં તે ઇન્દ્રિયો વગરના છે,
અને તે આશક્તિ વગરના,સર્વનું ધારણ-પોષણ કરનાર,
ગુણો વગરના છતાં ગુણોના ભોક્તા છે .(૧૫)

જે મનુષ્ય સર્વ પ્રકારના 'કર્મોને' પ્રકૃતિ દ્વારા જ કરાય છે,એમ જુએ છે,
અને આત્મા ને અકર્તા જુએ છે,તે જ સાચું જુએ છે.(૩૦)
જયારે મનુષ્ય સર્વ જીવોને-વસ્તુઓને ,
એક પરમાત્મા માં રહેલા જુએ છે ત્યારે તે બ્રહ્મરૂપ થાય છે..(૩૧)
જેમ સૂર્ય સર્વ લોકને પ્રકાશિત કરે છે,તેમ એક જ 'ક્ષેત્રજ્ઞ'(આત્મા-પરમાત્મા),
સર્વ 'ક્ષેત્ર'ને(શરીરને) પ્રકાશિત કરે છે(૩૫)

અધ્યાય-૧૪-ગુણયત્ર-વિભાગ-યોગ

શ્રી ભગવાનુવાચ-
પરં ભૂયઃ પ્રવક્ષ્યામિ જ્ઞાનાનાં જ્ઞાનમુત્તમમ્,
યજ્જ્ઞાત્વા મુનયઃ સર્વે પરાં સિધ્ધિમિતો ગતાઃ.(૧)

શ્રી ભગવાન કહે : જે જ્ઞાનને જાણીને સર્વ મુનિઓ
આ સંસારમાંથી પરમ સિધ્ધિને પામ્યા છે.(૧)

ઇદં જ્ઞાનમુપાશ્રિત્ય મમ સાધર્મ્યમાગતાઃ,
સર્ગેપિ નોપજાયન્તે પ્રલયે ન વ્યથન્તિ ચ.(૨)

આ જ્ઞાનનો આશ્રય લઈને જે મારામાં એકરૂપ થઇ ગયા છે, તે સૃષ્ટિના
ઉત્પતિ કાળમાં જન્મતા નથી કે પ્રલયમાં વ્યથા પામતા નથી.(૨)

મમ યોનિર્મહદ્બ્રહ્મ તસ્મિન્ ગર્ભં દધામ્યહમ્,
સંભવઃ સર્વભૂતાનાં તતો ભવતિ ભારત.(૩)

હે ભારત ! મૂળ પ્રધાન પ્રકૃતિ બ્રહ્મ મારું ગર્ભાધાન કરવાનું સ્થાન છે.
તેમા હું ગર્ભને ધારણ કરું છું.આથી સર્વ ભૂતોની ઉત્પતિ થાય છે.(૩)

સર્વયોનિષુ કૌન્તેય મૂર્તયઃ સમ્ભવન્તિ યાઃ,
તાસાં બ્રહ્મ મહદ્યોનિરહં બીજપ્રદઃ પિતા.(૪)

હે કાન્તેય,સર્વ યોનિમાં જે પ્રાણી ઉત્પન થાય છે,
તે પ્રાણીઓની પ્રકૃતિ-માયા માતા છે તથા હું ગર્ભાધાન કરનારો પિતા છું.(૪)

સત્ત્વં રજસ્તમ ઇતિ ગુણાઃ પ્રકૃતિસંભવાઃ,
નિબધ્નન્તિ મહાબાહો દેહે દેહિનમવ્યયમ્.(૫)

હે મહાબાહો ! સત્વ, રજ અને તમ એ ત્રણ ગુણો પ્રકૃતિમાંથી જ ઉત્પન્ન થયા છે.
તેઓ આ શરીરમાં અવિનાશી જીવાત્માને બાંધે છે.(૫)

તત્ર સત્ત્વં નિર્મલત્વાત્પ્રકાશકમનામયમ્,
સુખસઙ્ગેન બધ્નાતિ જ્ઞાનસઙ્ગેન ચાનઘ.(૬)

હે અનઘ ! તે ત્રણ ગુણોમાં સત્વગુણ નિર્મળપણાને લીધે પ્રકાશ કરનાર,
ઉપદ્રવરહિત સુખના સંગથી અને જ્ઞાનના સંગથી બાંધે છે.

રજો રાગાત્મકં વિદ્ધિ તૃષ્ણાસઙ્ગસમુદ્ભવમ્,
તન્નિબધ્નાતિ કૌન્તેય કર્મસઙ્ગેન દેહિનમ્.(૭)

હે કાન્તેય ! પ્રીતિસ્વરૂપ જે રજોગુણ તે આશા અને આસક્તિના સંબંધથી જ ઉત્પન્ન થયેલો છે.તે જીવાત્માને કર્મની આસક્તિ દ્વારા દેહમાં બાંધે છે.(૭)

તમસ્ત્વજ્ઞાનજં વિધ્ધિ મોહનં સર્વદેહિનામ્,
પ્રમાદાલસ્યનિદ્રાભિસ્તન્નિબધ્નાતિ ભારત.(૮)

હે ભારત ! વળી તમોગુણને અજ્ઞાનથી ઉત્પન્ન થયેલો તથા સર્વ જીવાત્માઓને મોહમાં નાખનારો જાણ. તે જીવાત્માને પ્રમાદ, નિદ્રા વગેરે વડે બાંધે છે.(૮)

સત્ત્વં સુખે સઞ્જયતિ રજઃ કર્મણિ ભારત,
જ્ઞાનમાવૃત્ય તુ તમઃ પ્રમાદે સઞ્જયત્યુત.(૯)

હે ભારત,સત્વગુણ આત્માને સુખમાં જોડે છે,રજોગુણ આત્માને કર્મમાં જોડે છે અને તમોગુણ તો જ્ઞાનને ઢાંકી દઈને આત્માને કર્તવ્યવિમુખ બનાવે છે.(૯)

રજસ્તમશ્ચાભિભૂય સત્ત્વં ભવતિ ભારત,
રજઃ સત્ત્વં તમશ્ચૈવ તમઃ સત્ત્વં રજસ્તથા.(૧૦)

હે ભારત ! રજોગુણ, સત્વગુણ અને તમોગુણને જીતી વૃધ્ધિ પામે છે.
તમોગુણ, સત્વગુણ અને રજોગુણને જીતીને વૃધ્ધિ પામે છે.(૧૦)

સર્વદ્વારેષુ દેહેસ્મિન્પ્રકાશ ઉપજાયતે,
જ્ઞાનં યદા તદા વિધાદ્વિવૃધ્ધં સત્ત્વમિત્યુત.(૧૧)

દેહમાં સર્વ ઇન્દ્રિયોમાં જયારે જ્ઞાનનો પ્રકાશ પડે,
ત્યારે સત્વની વૃધ્ધિ થઇ છે એમ માનવું.(૧૧)

લોભઃ પ્રવૃત્તિરારમ્ભઃ કર્મણામશમઃ સ્પૃહા,
રજસ્યેતાનિ જાયન્તે વિવૃધ્ધે ભરતર્ષભ.(૧૨)

હે ભરતશ્રેષ્ઠ ! લોભ,પ્રવૃત્તિ,કર્માંરંભ, ઉચ્છુંખલતા અને ઈચ્છા
એ સર્વ ચિન્હો રજોગુણના વધવાથી ઉત્પન્ન થાય છે.(૧૨)

અપ્રકાશોપ્રવૃત્તિશ્ચ પ્રમાદો મોહ એવ ચ,
તમસ્યેતાનિ જાયન્તે વિવૃધ્ધે કુરુનન્દન.(૧૩)

વિવેકનો નાશ,કંટાળો,દુર્લક્ષ,મોહ એ તમોગુણના વધવાથી ઉત્પન્ન થાય છે.(૧૩)

યદા સત્ત્વે પ્રવૃધ્ધે તુ પ્રલયં યાતિ દેહભૃત્,
તદોત્તમવિદાં લોકાનમલાન્પ્રતિપધતે.(૧૪)

સત્વગુણની વૃધ્ધિ થઇ હોય ત્યારે પ્રાણીમૃત્યુ પામે, તો તે મહતત્વાદિકને જાણનારા લોકોને જે ઉત્તમ લોકની પ્રાપ્તિ થાય છે તે ઉત્તમલોકમાં જાય છે.(૧૪)

રજસિ પ્રલયં ગત્વા કર્મસઙ્ગિષુ જાયતે,
તથા પ્રલીનસ્તમસિ મૂઢયોનિષુ જાયતે.(૧૫)

રજોગુણની વૃધ્દ્ધિ થઇ હોય ત્યારે પ્રાણી મૃત્યુ પામે તો તે કર્મોમાં આસક્તિ
રાખનાર પ્રાણીઓમાં જન્મે છે. અને તમોગુણની વૃધ્દ્ધિ થઇ હોય ત્યારે
પ્રાણી મૃત્યુ પામે તો તેનો પશુઆદિ મૂઢ યોનિમાં જન્મ થાય છે.(૧૫)

કર્મણઃ સુકૃતસ્યાહુઃ સાત્ત્વિકં નિર્મલં ફલમ્,
રજસસ્તુ ફલં દુઃખમજ્ઞાનં તમસઃ ફલમ્.(૧૬)

પુણ્ય કર્મનું ફળ સાત્વિક અને નિર્મળ જાણવું, રજોગુણનું ફળ દુઃખદ
અને તમોગુણનું ફળ અજ્ઞાન જાણવું.(૧૬)

સત્ત્વાત્સઞ્જાયતે જ્ઞાનં રજસો લોભ એવ ચ,
પ્રમાદમોહૌ તમસો ભવતોજ્ઞાનમેવ ચ.(૧૭)

સત્વગુણમાંથી જ્ઞાન, રજોગુણમાંથી લોભ અને તમોગુણમાંથી
આળસ,મોહ અને અજ્ઞાન ઉત્પન્ન થાય છે.(૧૭)

ઊર્ધ્વં ગચ્છન્તિ સત્ત્વસ્થા મધ્યે તિષ્ઠન્તિ રાજસાઃ,
જઘન્યગુણવૃત્તિસ્થા અધો ગચ્છન્તિ તામસાઃ.(૧૮)

જે સત્વગુણી હોય છે તેઓ દેવોની યોનિમાં જાય છે.
રજોગુણી મનુષ્ય યોનિમાં જાય છે અને
તમોગુણી કનિષ્ટ ગુણમાં રત રહી પશુ યોનિ પામે છે.(૧૮)

નાન્યં ગુણેભ્યઃ કર્તારં યદા દ્રષ્ટાનુપશ્યતિ,
ગુણેભ્યશ્ચ પરં વેત્તિ મદ્ભાવં સોધિગચ્છતિ.(૧૯)

જીવાત્મા જયારે આ ત્રણે ગુણોથી ભિન્ન કર્તા બીજા કોઈ નથી એમ સમજે છે
અને પોતાના ગુણોને અતીત સમજે છે ત્યારે તે મારા સ્વરૂપ ને પામે છે.(૧૯)

ગુણાનેતાનતીત્ય ત્રીન્દેહી દેહસમુદ્ભવાન્,
જન્મમૃત્યુજરાદુઃખૈર્વિમુક્તોમૃતમશ્નુતે.(૨૦)

જીવ દેહ દ્વારા ઉત્પન્ન થયેલા ત્રણે ગુણોને અતિક્રમી
જન્મ, મૃત્યુ, વૃધ્દ્ધાવસ્થા વગેરે દુઃખોથી મુક્ત થઇ મોક્ષને પ્રાપ્ત કરે છે.(૨૦)

અર્જુન ઉવાચઃ
કૈર્લિંગૈસ્ત્રીન્ગુણાનેતાનતીતો ભવતિ પ્રભો,
કિમાચારઃ કથં ચૈતાંસ્ત્રીન્ગુણાનતિવર્તતે.(૨૧)

અર્જુન કહે : હે પ્રભો ! આ ત્રણે ગુણોનો ત્યાગ કરીને આગળ પધેલા

જીવને કેવી રીતે જાણવો? તેનો આચાર કેવો હોય ?
અને તે ત્રણે ગુણોને કેવી રીતે ઓળંગી જાય છે?(૨૧)

શ્રી ભગવાનુવાચ-
પ્રકાશં ચ પ્રવૃત્તિં ચ મોહમેવ ચ પાણ્ડવ,
ન દ્વેષ્ટિ સમ્પ્રવૃત્તાનિ ન નિવૃત્તાનિ કાઙ્ક્ષતિ.(૨૨)

શ્રી ભગવાન કહે : હે પાંડવ ! જે જ્ઞાન, કર્મવૃત્તિ અને અજ્ઞાન પ્રાપ્ત થવા
છતાંય દ્વેષ કરતો નથી અને તેનો નાશ થતાં તેની કામના કરતો નથી.(૨૨)

ઉદાસીનવદાસીનો ગુણૈર્યો ન વિચાલ્યતે,
ગુણા વર્તન્ત ઇત્યેવ યોવતિષ્ઠતિ નેઙ્ગતે.(૨૩)

જે ઉદાસીન રહી એ ત્રણે ગુણોથી વિકાર પામતો નથી અને ગુણો જ કર્તા છે
એમ માની સ્થિર રહે છે,પોતે કંઈ જ કરતો નથી.(૨૩)

સમદુઃખસુખઃ સ્વસ્થઃ સમલોષ્ટાશ્મકાઞ્ચનઃ,
તુલ્યપ્રિયાપ્રિયો ધીરસ્તુલ્યનિન્દાત્મસંસ્તુતિઃ.(૨૪)

જે સુખ-દુઃખને સમાન ગણે છે, આત્મસ્વરૂપમાં સ્થિર રહે છે, માટી,પથ્થર
અને સોનાને સમાન ગણે છે,પ્રિય અને અપ્રિય ને સમાન ગણે છે,
નિંદા અને સ્તુતિને સમાન ગણે છે અને જે ધીરજ વાળો છે.(૨૪)

માનાપમાનયોસ્તુલ્યસ્તુલ્યો મિત્રારિપક્ષયોઃ,
સર્વારમ્ભપરિત્યાગી ગુણાતીતઃ સ ઉચ્યતે.(૨૫)

જેને માટે માન-અપમાન સમાન છે, જે મિત્ર અને શત્રુને સમાન ગણે છે અને
જેણે સર્વ કર્મોનો પરિત્યાગ કર્યો છે, તે ગુણાતીત કહેવાય છે.(૨૫)

માં ચ યોવ્યભિચારેણ ભક્તિયોગેન સેવતેસ
ગુણાન્સમતીત્યૈતાન્ બ્રહ્મભૂયાય કલ્પતે.(૨૬)

જે એકનિષ્ઠ ભક્તિથી મારી સેવા કરે છે, તે આ ત્રણે ગુણોને શ્રેષ્ઠ રીતે જીતી
બ્રહ્મસ્વરૂપ થવાને યોગ્ય બને છે.(૨૬)

બ્રહ્મણો હિ પ્રતિષ્ઠાહમમૃતસ્યાવ્યયસ્ય ચ,
શાશ્વતસ્ય ચ ધર્મસ્ય સુખસ્યૈકાન્તિકસ્ય ચ.(૨૭)

કેમ કે અવિનાશી અને નિર્વિકાર બ્રહ્મનું, સનાતન ધર્મનું
અને શાશ્વત સુખનું સ્થાન હું જ છું.(૨૭)

અધ્યાય-૧૪-ગુણયત્ર-વિભાગ-યોગ-સમાપ્ત

<u>ટૂંકસાર-અધ્યાય-૧૪ -ગુણત્રયવિભાગ યોગ</u>

કૃષ્ણ –હે અર્જુન,મારી 'મૂળ પ્રકૃતિ'(મહદ બ્રહ્મ પ્રકૃતિ) એ સર્વ ભૂતોની
યોનિસ્થાન (ગર્ભ સ્થાન) છે.તેમાં હું જ પિતા તરીકે ચેતનના
અંશ રૂપ બીજ મુકું છું અને હું જ માતા તરીકે ગર્ભ ધારણ કરું છું.
જેના થી સર્વ ભૂતોની ઉત્પત્તિ થાય છે .(૩-૪)

સત્વ,રજસ અને તમસ એ ત્રણ ગુણો પ્રકૃતિમાંથી ઉત્પન્ન થયેલા છે,અને
આ ત્રણ ગુણો, દેહમાં રહેલા અવિનાશી જીવાત્મા ને બાંધે છે.(૫)
<u>સત્વ ગુણ</u>-નિર્મળ અને પ્રકાશક છે,
તે 'સુખ'અને 'જ્ઞાન'ના સંગથી જીવને બાંધે છે(૬)
<u>રજોગુણ</u>-આશક્તિ અને રાગ રૂપ છે,તે 'કર્મ'ના સંગથી જીવને બાંધે છે.(૭)
<u>તમોગુણ</u>-અજ્ઞાન અને મોહરૂપ છે,
તે 'પ્રમાદ,આળસ અને નિંદ્રા' વડે જીવને બાંધે છે..(૮)

રજોગુણ ને તમોગુણને દબાવી સત્વગુણ વૃધ્ધિ પામે છે,
જેનાથી જ્ઞાન ઉત્પન્ન થાય છે,અને દેવગતિની પ્રાપ્તિ થાય છે.
સત્વગુણ અને તમોગુણને દબાવી રજોગુણ વૃધ્ધિ પામે છે,
જેનાથી આશક્તિ (લોભ) ઉત્પન્ન થાય છે,અને મનુષ્ય ગતિ પ્રાપ્ત થાય છે .
સત્વગુણ અને રજોગુણને દબાવી તમોગુણ ઉત્પન્ન થાય છે,
જેનાથી મોહ –અજ્ઞાન ઉત્પન્ન થાય છે,અને અધોગતિ પ્રાપ્ત થાય છે.(૧૦-૧૮)

જયારે તત્વજ્ઞ –જ્ઞાની મનુષ્ય,- ગુણો કરતા બીજા કર્તાને જાણતો નથી
પણ ગુણોથી પર એવા આત્માને જાણે છે,ત્યારે તે મારા સ્વરૂપ ને પ્રાપ્ત કરે છે(૧૯)

જે મનુષ્ય ઉપરના ત્રણે ગુણોથી થનારા –પ્રકાશ,પ્રવૃત્તિ અને મોહને માનતો નથી,
અને કાર્યોની નિવૃત્તિ થતાં તેમની ઈચ્છા કરતો નથી,
કશું પણ કરતો નથી અને ઉદાસીનની માફક પોતાના સ્વરૂપમાં સ્થિર રહે છે,
'ગુણો જ ગુણો માં પ્રવર્તે છે' એવું સમજી સુખ-દુઃખ ને સમાન માને છે,
સ્વસ્થ રહે છે,માટી-પથ્થર-સોનાને સમાન ગણે છે,
પ્રિય-અપ્રિય,નિંદા-સ્તુતિ, માન-અપમાન માં નિર્વિકાર રહે છે,
શત્રુ-મિત્ર માં સમ-ભાવે રહે છે,અને બધા કર્મો ના આરંભ નો જેને ત્યાગ કર્યો છે,
તે 'ગુણાતીત' કહેવાય છે. (૨૨-૨૫)

જે મનુષ્ય એકનિષ્ઠ ભક્તિયોગ વડે મને ઉપાસે છે,
તે આ ત્રણે ગુણોથી પર થઇ 'બ્રહ્મભાવ' પામવા યોગ્ય બને છે..(૨૬)

અધ્યાય-૧૫-પુરુષોત્તમ-યોગ

ભગવાન ઉવાચઃ
ઊર્ધ્વમૂલમધઃશાખમશ્વત્થં પ્રાહુરવ્યયમ્,
છન્દાંસિ યસ્ય પર્ણાનિ યસ્તં વેદ સ વેદવિત્ (૧).

શ્રી ભગવાન કહે : આ સંસારરૂપી પીપળાના વૃક્ષનાં મૂળ ઉપર તરફ અને શાખાઓ નીચે તરફ છે.એનો કદી નાશ થતો નથી.છંદોબધ્ધ વેદ એ વૃક્ષના પાન છે. જે આ રહસ્યને જાણે છે તે જ વેદવત્તા છે.(૧)

અધશ્ચોર્ધ્વં પ્રસૃતાસ્તસ્ય શાખાગુણપ્રવૃદ્ધા વિષયપ્રવાલાઃ,
અધશ્ચ મૂલાન્યનુસન્તતાનિકર્માનુબન્ધીનિ મનુષ્યલોકે.(૨)

તે વૃક્ષની શાખાઓ સત્વાદિ ગુણોથી વધેલી છે. શબ્દાદિ વિષયોના પાનથી તે ઉપર-નીચે સર્વત્ર પ્રસરેલી છે.નીચે મનુષ્યલોકમાં આ વૃક્ષના કર્મરૂપી મૂળો એક બીજામાં ગૂંથાઈ રહ્યા છે.(૨)

ન રૂપમસ્યેહ તથોપલભ્યતેનાન્તો ન ચાદિર્ન ચ સંપ્રતિષ્ઠા,
અશ્વત્થમેનં સુવિરૂઢમૂલ-મસઙ્ગશસ્ત્રેણ દૃઢેન છિત્ત્વા.(૩)

એ પીપળાના વૃક્ષનું જે વર્ણન કર્યું છે, તેવું તેનું શુધ્ધ સ્વરૂપ અનુભવાતું નથી. એનો અંત, આદિ તથા સ્થિતિ પણ નથી.
આવા બળવાન મૂળવાળા વૃક્ષને દઢ વૈરાગ્યરૂપી શસ્ત્ર વડે જ છેદીને;(૩)

તતઃ પદં તત્પરિમાર્ગિતવ્યયસ્મિન્ગતા ન નિવર્તન્તિ ભૂયઃ,
તમેવ ચાદ્યં પુરુષં પ્રપદ્યેયતઃ પ્રવૃત્તિઃ પ્રસૃતા પુરાણી.(૪)

ત્યાર પછી તે પરમ પદને શોધવું જોઈએ.જે પદને પામનારા ફરીને આ સંસારમાં આવતા નથી.જેમાંથી આ સંસાર વૃક્ષની અનાદિ પ્રવૃત્તિ પ્રસરેલી છે "એવા તે આદ્ય પુરુષને જ શરણે હું પ્રાપ્ત થયો છું" (એમ સમજીને).(૪)

નિર્માનમોહા જિતસઙ્ગદોષાઅધ્યાત્મનિત્યા વિનિવૃત્તકામાઃ
દ્વન્દ્વૈર્વિમુક્તાઃ સુખદુઃખસંજ્ઞૈ-ર્ગચ્છન્ત્યમૂઢાઃ પદમવ્યયં તત્.(૫)

અહંકાર (અમાની) તથા મોહ વિનાના સંગદોષને જીતનારા પરમાત્મસ્વરૂપનો વિચાર કરવામાં તત્પર, જેમની કામનાઓ શાંત પામી છે તેવા સુખદુઃખરૂપી દ્વંદોથી મુક્ત થયેલા વિદ્વાનો એ અવિનાશી પદને પામે છે.(૫)

ન તદ્ભાસયતે સૂર્યો ન શશાઙ્કો ન પાવકઃ,
યદ્ગત્વા ન નિવર્તન્તે તદ્ધામ પરમં મમ.(૬)

તે પદને પ્રકાશિત કરવા માટે સુર્ય, ચંદ્ર કે અગ્નિ સમર્થ નથી અને

જે પદને પ્રાપ્ત થયેલા લોકો પુનઃ પાછા આવતા નથી તે મારું પરમ પદ છે.(૬)

મમૈવાંશો જીવલોકે જીવભૂતઃ સનાતનઃ,
મનઃષષ્ઠાનીન્દ્રિયાણિ પ્રકૃતિસ્થાનિ કર્ષતિ.(૭)

આ સંસારમાં મારો જ અંશ સનાતન જીવરૂપે રહેલો છે.પ્રકૃતિમાં રહેલી
મન સહિત છ શ્રોતાદિક ઇન્દ્રિયોને તે આકર્ષે છે.(૭)

શરીરં યદવાપ્નોતિ યચ્ચાપ્યુત્ક્રામતીશ્વરઃ,
ગૃહીત્વૈતાનિ સંયાતિ વાયુર્ગન્ધાનિવાશયાત્.(૮)

વાયુ જેવી રીતે પુષ્પમાંથી સુવાસ લઇ જાય છે તેમ શરીર નો સ્વામી
જીવાત્મા જે પૂર્ણ દેહ ત્યાગ કરે છે,તેમાંથી મન સહિત ઇન્દ્રિયોને ગ્રહણકરી
જે બીજો દેહ ધારણ કરે છે તેમાં તેમને પોતાની સાથે લઇ જાય છે.(૮)

શ્રોત્રં ચક્ષુઃ સ્પર્શનં ચ રસનં ઘ્રાણમેવ ચ,
અધિષ્ઠાય મનશ્ચાયં વિષયાનુપસેવતે.(૯)

તે જીવ કાન, આંખ, ત્વચા,જીભ,નાક વગેરે ઇન્દ્રિયો તથા મનનો
આશ્રય કરીને વિષયોનો ઉપભોગ કરે છે.(૯)

ઉત્ક્રામન્તં સ્થિતં વાપિ ભુઞ્જાનં વા ગુણાન્વિતમ્,
વિમૂઢા નાનુપશ્યન્તિ પશ્યન્તિ જ્ઞાનચક્ષુષઃ.(૧૦)

બીજા દેહમાં જનારો કે દેહમાં નિવાસ કરનારો, શબ્દાદિ વિષયોનો ઉપભોગ
કરનારો અથવા સુખદુખાદિ યુક્ત રહેનારો જે જીવ છે તેનું સત્સ્વરૂપ મૂઢજનોને
દેખાતું નથી પણ જેમને જ્ઞાનચક્ષુ હોય છે તેમને જ દેખાય છે.(૧૦)

યતન્તો યોગિનશ્ચૈનં પશ્યન્ત્યાત્મન્યવસ્થિતમ્,
યતન્તોપ્યકૃતાત્માનો નૈનં પશ્યન્ત્યચેતસઃ.(૧૧)

યત્ન કરનારા યોગીઓ પોતાનામાં રહેલા જીવાત્મા ને જુવેછે અને જેઓ અશુધ્ધ
અંતઃકરણવાળા અને અવિવેકી છે તેને એ જીવનું સ્વરૂપ દેખાતું નથી.(૧૧)

યદાદિત્યગતં તેજો જગદ્ભાસયતેખિલમ્,
યચ્ચન્દ્રમસિ યચ્ચાગ્નૌ તત્તેજો વિધ્દિ મામકમ્.(૧૨)

સૂર્યમાં રહેલું તેજ સર્વ જગતને પ્રકાશિત કરેછે
અને જે અગ્નિ તથા ચંદ્ર માં પણ રહેલું છે,તે તેજ મારું છે એમ તું સમજ (૧૨)

ગામાવિશ્ય ચ ભૂતાનિ ધારયામ્યહમોજસા,
પુષ્ણામિ ચૌષધીઃ સર્વાઃ સોમો ભૂત્વા રસાત્મકઃ.(૧૩)

હું જ આ પૃથ્વીમાં પ્રવેશ કરી મારા સામર્થ્યથી સર્વ ભૂતોને ધારણ કરું છું
તથા રસાત્મક ચંદ્ર થઈને સર્વ ઔષધિઓને પોષું છું.(૧૩)

અહં વૈશ્વાનરો ભૂત્વા પ્રાણિનાં દેહમાશ્રિતઃ,
પ્રાણાપાનસમાયુક્તઃ પચામ્યન્નં ચતુર્વિધમ્.(૧૪)

હું પ્રાણીઓના દેહમાં પ્રવેશીને પ્રાણ, અપાન ઈત્યાદિ વાયુમાં મળીને
જઠરાગ્નિ બની ચાર પ્રકારના અન્ન નું પાચન કરું છું.(૧૪)

સર્વસ્ય ચાહં હૃદિ સન્નિવિષ્ટોમત્તઃ સ્મૃતિર્જ્ઞાનમપોહનં ચ,
વેદૈશ્ચ સર્વૈરહમેવ વેદ્યોવેદાન્તકૃદ્વેદવિદેવ ચાહમ્.(૧૫)

વળી હું સર્વના હૃદયમાં રહેલો છું. મારા વડે જ સ્મૃતિ અને જ્ઞાન તથા એ બંનેનો
અભાવ ઉત્પન્ન થાય છે.સર્વ વેદો દ્વારા હું જ જાણવા યોગ્ય છું
.વેદાંતનો સિધ્ધાંત કરનાર અને તેનો જ્ઞાતા પણ હું છું.(૧૫)

દ્વાવિમૌ પુરુષૌ લોકે ક્ષરશ્ચાક્ષર એવ ચ,
ક્ષરઃ સર્વાણિ ભૂતાનિ કૂટસ્થોક્ષર ઉચ્યતે.(૧૬)

આ લોકમાં ક્ષર અને અક્ષર અવિનાશી બે જ પુરુષ છે.
સર્વ ભૂતોને ક્ષર કહેવામાં આવે છે
અને કુટસ્થ-સર્વ ભૂતોની ઉત્પત્તિના કારણરૂપને અક્ષર કહેવામાં આવે છે.(૧૬)

ઉત્તમઃ પુરુષસ્ત્વન્યઃ પરમાત્મેત્યુદાહૃતઃ,
યો લોકત્રયમાવિશ્ય બિભર્ત્યવ્યય ઈશ્વરઃ.(૧૭)

ઉત્તમ પુરુષ તો આ બંનેથી અલગ છે. તેને પરમાત્મા કહેવામાં આવે છે.
એ અવિનાશી ઈશ્વરરૂપ બની
આ જગતત્રયમાં પ્રવેશી ને તેનું ધારણ-પોષણ કરે છે.(૧૭)

યસ્માત્ક્ષરમતીતોહમક્ષરાદપિ ચોત્તમઃ,
અતોસ્મિ લોકે વેદે ચ પ્રથિતઃ પુરુષોત્તમઃ.(૧૮)

હું ક્ષરથી તો સર્વથા પર છું અને માયામાં સ્થિત અવિનાશી જીવાત્મા અક્ષરથી
પણ ઉત્તમ છું.તેથી લોકોમાં અને વેદોમાં પુરુષોત્તમ નામથી પ્રસિધ્ધ છું.(૧૮)

યો મામેવમસમ્મૂઢો જાનાતિ પુરુષોત્તમમ્,
સ સર્વવિદ્ભજતિ માં સર્વભાવેન ભારત.(૧૯)

હે ભારત ! જે સંમોહથી રહિત મને એ પ્રકારે પુરુષોત્તમ રૂપે જાણે છે,
તે સર્વજ્ઞ છે. અને તે સર્વ ભક્તિયોગથી મને ભજે છે.(૧૯)

ઇતિ ગુહ્યતમં શાસ્ત્રમિદમુક્તં મયાનઘ,
એતદ્બુદ્ધ્વા બુદ્ધિમાન્સ્યાત્કૃતકૃત્યશ્ચ ભારત.(૨૦)

હે નિષ્પાપ ! હે ભારત ! મેં આ પ્રમાણે તને ગુહ્ય માં ગુહ્ય શાસ્ત્ર કહ્યું છે.
એને જાણીને આત્મા જ્ઞાનવાન થાય છે અને કૃતાર્થ થાય છે.(૨૦)

<u>અધ્યાય-૧૫-પુરુષોત્તમ-યોગ-સમાપ્ત</u>

ટૂંકસાર-અધ્યાય-૧૫-પુરુષોત્તમ યોગ

આ સંસાર રૂપી પીપળાના વૃક્ષ ના 'મૂળ' ઉપર છે અને શાખા ઓ નીચે છે,
તથા તેનો કદી નાશ થતો નથી,એમ કહેવામાં આવે છે.
વેદ ના છંદો તેના પાંદડા છે,આ રહસ્ય ને જાણનાર વેદવેતા છે.(૧)
આ વૃક્ષ ની શાખાઓ 'સત્વાદિ' ગુણોથી વધેલી અને 'વિષયો'રૂપ કુંપળોવાળી
હોઈ તે ઉપર અને નીચે પ્રસરેલી છે.
તેમજ નીચે મનુષ્ય લોકમાં 'કર્મ સંબધી' મૂળો ફેલાયેલા છે.(૨)

જે રીતે આ વૃક્ષ નું વર્ણન કરેલું છે,તેનું શુધ્ધ સ્વરૂપ અનુભવમાં આવતું નથી,
અને તેને અંત-આદિ,સ્થિતિ-આદિ પણ નથી. આ બળવાન વૃક્ષનું દ્રઢ
વૈરાગ્યરુપી શસ્ત્ર થી છેદન કરી પરમ પદ પ્રાપ્ત કરવું જોઇએ,
જ્યાંથી પુનઃ પાછા ફરવાનું નથી ."જેમાંથી અનાદિ પ્રવૃત્તિ ચાલતી આવી છે,
તે આધ પુરુષને હું શરણે આવ્યો છું" આવી ભાવનાથી તે પરમ પદની શોધ
કરવી".(૩-૪) જે મનુષ્ય માન-મોહથી મુક્ત છે,જેને સંગ-દોષને જીત્યો છે,
જેઓ કામના ત્યાગીને નિત્ય પરમાત્મ સ્વરૂપના ચિંતનમાં તત્પર રહે છે
અને જેઓ સુખ-દુઃખ ના દ્વંદો થી પર થયેલા છે,
તેવા જ્ઞાની અવિનાશી પરમ પદ ને પામે છે.(૬)

આ સંસાર માં મારો જ અંશ. સનાતન જીવરૂપ થઇને,પ્રકૃતિમાં સ્થિત,મન સહિત
પાંચ ઇન્દ્રિયોને આકર્ષે છે,એ જીવ જયારે એક દેહ છોડી બીજા દેહ માં જાય છે,
ત્યારે વાયુ જેમ આજુબાજુના પદાર્થોની ગંધ લઇ ગતિ કરે છે,
તેમ જીવાત્મા છોડેલા દેહની વાસનાઓ,મન સાથે લઇ જાય છે.(૭-૮)
હું વૈશ્વાનર (જઠરાગ્ની)રૂપ થઇ પ્રાણીઓના દેહના આશ્રયે રહી,
પ્રાણ તથા અપાન વાયુ થી યુક્ત થઇ,ચાર પ્રકારનું અન્ન પચાવું છું..(૧૪)
ક્ષર અને અક્ષર (નાશવંત અને અવિનાશી)એવા બે પુરુષો છે ,
જેમાં સર્વ ભૂત 'ક્ષર'છે અને તેમાં રહેલો આત્મા 'અક્ષર' છે.(૧૬)
પણ આ ક્ષર અને અક્ષર બન્ને થી 'ઉત્તમ પુરુષ' અલગ છે,
જે 'પરમાત્મા' ના નામથી ઓળખાય છે,અને વેદ માં તે 'પુરુષોત્તમ' નામથી પ્રસિધ્ધ
છે..(૧૭-૧૮) જે મનુષ્ય મોહ ત્યાગ કરી ,મને 'પુરુષોત્તમ' સ્વરૂપે જાણે છે ,
તે સર્વજ્ઞ હોઇ મને સર્વ ભાવથી ઉપાસે છે. (૧૯)
આ પ્રમાણે ગુહ્યમાં ગુહ્ય (ગુહ્યત્તમ)અધ્યાત્મ શાસ્ત્ર તને કહ્યું ,
જે જાણી મનુષ્ય આત્મજ્ઞાની અને કૃતાર્થ થાય છે.(૨૦)

અધ્યાય-૧૬-દૈવાસુર- સંપદ્વિભાગયોગ

શ્રી ભગવાનુવાચ-
અભયં સત્ત્વસંશુદ્ધિઃ જ્ઞાનયોગવ્યવસ્થિતિઃ,
દાનં દમશ્ચ યજ્ઞશ્ચ સ્વાધ્યાયસ્તપ આર્જવમ્.(૧)

શ્રી ભગવાન કહે : અભય, ચિત્તશુદ્ધિ, જ્ઞાન તથા યોગમાં એકનિષ્ઠા, દાન, ઇન્દ્રિયોનો સંયમ, યજ્ઞ, વેદોનું પઠન-મનન, તપ, સરળતા;(૧)

અહિંસા સત્યમક્રોધસ્ત્યાગઃ શાન્તિરપૈશુનમ્,
દયા ભૂતેષ્વલોલુપ્ત્વં માર્દવં હ્રીરચાપલમ્.(૨)

અહિંસા, સત્ય, અક્રોધ, સંન્યાસ, શાંતિ, પીઠ પાછળ નિંદા ન કરવી તે, સર્વ પ્રાણીમાત્ર પર દયા,ઇન્દ્રિયોનું નિર્વિકારપણું, નમ્રતા,લોકલાજ અને સ્થિરતા;(૨)

તેજઃ ક્ષમા ધૃતિઃ શૌચમદ્રોહો નાતિમાનિતા,
ભવન્તિ સમ્પદં દૈવીમભિજાતસ્ય ભારત.(૩)

તેજ, ક્ષમા, ધૈર્ય, પવિત્રતા, અદ્રોહ, નમ્રતા વગેરે બધા --
દૈવી ગુણોવાળી સંપત્તિને સંપાદન કરીને જન્મેલા મનુષ્યને પ્રાપ્ત થાય છે.(૩)

દમ્ભો દર્પોભિમાનશ્ચ ક્રોધઃ પારુષ્યમેવ ચ,
અજ્ઞાનં ચાભિજાતસ્ય પાર્થ સમ્પદમાસુરીમ્.(૪)

હે પાર્થ ! દંભ, અભિમાન, ગર્વ, ક્રોધ, મર્મભેદક વાણી અને અજ્ઞાન વગેરે લ ક્ષણો આસુરી સંપત્તિમાં ઉત્પન્ન થયેલા મનુષ્યોમાં રહેલાં હોય છે.(૪)

દૈવી સમ્પદ્વિમોક્ષાય નિબન્ધાયાસુરી મતા,
મા શુચઃ સમ્પદં દૈવીમભિજાતોસિ પાણ્ડવ.(૫)

દૈવી સંપત્તિ મોક્ષ આપનારી છે જયારે આસુરી સંપત્તિ બંધનમાં નાખનારી છે. હે પાંડવ ! તું વિષાદ ન કર, કેમ કે તું દૈવી સંપત્તિ સંપાદન કરીને જન્મેલો છે.(૫)

દ્વૌ ભૂતસર્ગૌ લોકેસ્મિન્ દૈવ આસુર એવ ચ,
દૈવો વિસ્તરશઃ પ્રોક્ત આસુરં પાર્થ મે શ્રૃણુ.(૬)

હે પાર્થ ! આ લોકમાં પ્રાણીઓના બે જ પ્રકારના સ્વભાવ છે. દૈવી સ્વભાવ અને આસુરી સ્વભાવ,એમાં દૈવી પ્રકાર મેં તને વિસ્તાર પૂર્વક કહેલો છે. એટલે હવે આસુરી સ્વભાવને સાંભળ.(૬)

પ્રવૃત્તિં ચ નિવૃત્તિં ચ જના ન વિદુરાસુરાઃ,
ન શૌચં નાપિ ચાચારો ન સત્યં તેષુ વિદ્યતે.(૭)

આસુરી વૃતિવાળા માનવીઓ પ્રવૃત્તિ તથા નિવૃતિને સમજતા નથી. અને તેમનામાં પ્રવિત્રતા હોતી નથી. તેમનામાં આચાર અને સત્યનો પણ અભાવ હોય છે.(૭)

અસત્યમપ્રતિષ્ઠં તે જગદાહુરનીશ્વરમ્,
અપરસ્પરસમ્ભૂતં કિમન્યત્કામહૈતુકમ્.(૮)

તે આસુરી મનુષ્યો જગતને અસત્ય, અપ્રતિષ્ઠિત, ઈશ્વર વગરનું, એકબીજાના
સંયોગથી ઉત્પન્ન થયેલું, કામના હેતુ વાળું કહે છે. તેઓ માને છે કે
આ જગતનું કામ ના હેતુથી ભિન્ન અન્ય શું કારણ હોઈ શકે?(૮)

એતાં દૃષ્ટિમવષ્ટભ્ય નષ્ટાત્માનોલ્પબુધ્ધયઃ,
પ્રભવન્ત્યુગ્રકર્માણઃ ક્ષયાય જગતોહિતાઃ.(૯)

આવા નાસ્તિક મતનો આશ્રય કરીને પરલોકના સાધનોથી ભ્રષ્ટ થયેલાં,
અલ્પબુધ્ધિવાળા, હિંસાદિ ઉગ્ર કર્મો કરનારા
તે આસુરી મનુષ્યો જગતના નાશ માટે જ પ્રવર્તે છે.(૯)

કામમાશ્રિત્ય દુષ્પૂરં દમ્ભમાનમદાન્વિતાઃ,
મોહાદ્ગૃહીત્વાસદ્ગ્રાહાન્પ્રવર્તન્તેશુચિવ્રતાઃ.(૧૦)

તૃપ્ત ન કરી શકાય એવા કામનો આશ્રય કરીને તેઓ દંભ,
માન તથા મદથી યુક્ત થયેલા,અપવિત્ર વ્રતવાળા,
અજ્ઞાનથી અશુભ નિયમોને ગ્રહણ કરીને વેદ વિરુધ્ધ કર્મો કરે છે.(૧૦)

ચિન્તામપરિમેયાં ચ પ્રલયાન્તામુપાશ્રિતાઃ,
કામોપભોગપરમા તાવદિતિ નિશ્ચિતાઃ.(૧૧)

તથા મૃત્યુ પ્રયન્ત અપરિચિત ચિંતાનો આશ્રય કરનારા, વિષયભોગને
પરમ પુરુષાર્થ માનનારા,એ પ્રમાણે નિશ્ચય કરનારા હોય છે.(૧૧)

આશાપાશશતૈર્બધ્ધાઃ કામક્રોધપરાયણાઃ,
ઈહન્તે કામભોગાર્થમન્યાયેનાર્થસઞ્ચયાન્(૧૨)

આશારૂપી સેંકડો પાશ વડે બંધાયેલા, કામ તથા ક્રોધમાં તત્પર રહેનારા તેઓ
વિષયભોગ ભોગવવા અને અન્યાય થી ધનનો સંચય ઇચ્છનારા હોય છે.(૧૨)

ઇદમદ્ય મયા લબ્ધમિમં પ્રાપ્સ્યે મનોરથમ્,
ઇદમસ્તીદમપિ મે ભવિષ્યતિ પુનર્ધનમ્.(૧૩)

આમે આજે મેળવ્યું, કાલે હું આ સાધ્ય કરીશ,આટલું ધન હાલ મારી પાસે છે.
અને બીજું પણ ફરીથી વધારે મળવાનું છે.(૧૩)

અસૌ મયા હતઃ શત્રુર્હનિષ્યે ચાપરાનપિ,
ઈશ્વરોહમહં ભોગી સિધ્ધોહં બલવાન્સુખી.(૧૪)

આ શત્રુને મેં હણ્યો અને બીજાઓને પણ હણીશ.હું અતિ સમર્થ છું,
હું ઈશ્વર છું,હું ભોગી છું,હું સિધ્ધિ છું.હું બળવાન અને સુખી છું.(૧૪)

આઢ્યોભિજનવાનસ્મિ કોન્યોસ્તિ સદૃશો મયા,
યક્ષ્યે દાસ્યામિ મોદિષ્ય ઇત્યજ્ઞાનવિમોહિતાઃ.(૧૫)

હું ધનાઢ્ય છું, કુલીન છું, આ જગત માં મારા જેવો બીજો કોણ છે? હું યજ્ઞ કરનારાઓના કર્મોમાં અગ્રણી બનીશ.નટાદિ લોકોને વિશેષ ધન આપીશ અને આનંદ મેળવીશ.આમ તેઓ અતિ મૂઢ થઇ બક્યા કરે છે.(૧૫)

અનેકચિત્તવિભ્રાન્તા મોહજાલસમાવૃતાઃ,
પ્રસક્તાઃ કામભોગેષુ પતન્તિ નરકેશુચૌ.(૧૬)

હું ધનવાન છું,હું કુળવાન છું, મારા જેવો અન્ય કોણ હોઈ શકે ?
હું યજ્ઞ કરીશ,હું દાન આપીશ,
આ પ્રકારે આસુરી મનુષ્ય અજ્ઞાનમાં મોહ પામેલા હોય છે.(૧૬)

આત્મસમ્ભાવિતાઃ સ્તબ્ધા ધનમાનમદાન્વિતાઃ,
યજન્તે નામયજ્ઞૈસ્તે દમ્ભેનાવિધિપૂર્વકમ્.(૧૭)

પોતેજ પોતાની પ્રશંસા કરનાર,અક્કડ થઈને વર્તનાર
તથા ધન અને માનના મદથી ઉન્મત્ત બનેલા
આવા મનુષ્યો શાસ્ત્રવિધિ છોડી કે બળ દંભથી જ યજ્ઞકાર્યો કરે છે.(૧૭)

અહઙ્કારં બલં દર્પં કામં ક્રોધં ચ સંશ્રિતાઃ,
મામાત્મપરદેહેષુ પ્રદ્વિષન્તોભ્યસૂયકાઃ.(૧૮)

અહંતા, બળ,ગર્વ,કામ તથાં ક્રોધનો આશ્રય લઇ તેઓ તેમના
તથા અન્યના દેહમાં રહેલા મારો (ઈશ્વરનો) દ્વેષ કરે છે.
વળી તેઓ અન્યનો ઉત્કર્ષ સહન કરી શકતા નથી.(૧૮)

તાનહં દ્વિષતઃ ક્રૂરાન્સંસારેષુ નરાધમાન્,
ક્ષિપામ્યજસ્રમશુભાનાસુરીષ્વેવ યોનિષુ.(૧૯)

તે સાધુઓનો દ્વેષ કરનારા,
પાપી નરાધમોને હું સંસારમાં આસુરી યોનિમાં જ નિરંતર વાળું છું.(૧૯)

અસુરીં યોનિમાપન્ના મૂઢા જન્મનિ જન્મનિ,
મામપ્રાપ્યૈવ કૌન્તેય તતો યાન્ત્યધમાં ગતિમ્.(૨૦)

હે કાન્તેય ! આસુરી યોનિને પ્રાપ્ત થયેલા તે પુરુષો જન્મોજન્મ મૂઢ થતાં થતાં
મને ન પામતા ઉતરોત્તર અધમ ગતિને પ્રાપ્ત થતા જાય છે.(૨૦)

ત્રિવિધં નરકસ્યેદં દ્વારં નાશનમાત્મનઃ,
કામઃ ક્રોધસ્તથા લોભસ્તસ્માદેતત્ત્રયં ત્યજેત્.(૨૧)

કામ,ક્રોધ અને લોભ એ જીવને કોઈ પણ પ્રકારના પુરુષાર્થની પ્રાપ્તિ
ન થવા દેનારા નરકનાં ત્રણ દ્વારો છે.માટે એ ત્રણેનો ત્યાગ કરવો.(૨૧)

એતૈર્વિમુક્તઃ કૌન્તેય તમોદ્વારૈસ્ત્રિભિર્નરઃ,
આચરત્યાત્મનઃ શ્રેયસ્તતો યાતિ પરાં ગતિમ્.(૨૨)

હે કાન્તેય,નરક નાં આ ત્રણે દ્વારોથી જે મનુષ્ય મુક્ત થઇ જાય છે
તે પોતાનું કલ્યાણ સાધે છે અને ઉતમ ગતિ ને પ્રાપ્ત થાય છે.(૨૨)

યઃ શાસ્ત્રવિધિમુત્સૃજ્ય વર્તતે કામકારતઃ,
ન સ સિદ્ધિમવાપ્નોતિ ન સુખં ન પરાં ગતિમ્.(૨૩)

જે શાસ્ત્રોક્ત વિધિ છોડી પોતાની ઇચ્છા પ્રમાણે વર્તે છે, તેને સિદ્ધિ,
સુખ અને ઉત્તમ ગતિ પ્રાપ્ત થતી નથી.(૨૩)

તસ્માચ્છાસ્ત્રં પ્રમાણં તે કાર્યાકાર્યવ્યવસ્થિતૌ,
જ્ઞાત્વા શાસ્ત્રવિધાનોક્તં કર્મ કર્તુમિહાર્હસિ.(૨૪)

માટે કાર્ય અને અકાર્યનો નિર્ણય કરવામાં તારે માટે શાસ્ત્ર એ જ પ્રમાણ છે.
શાસ્ત્રમાં કહ્યા અનુસાર કર્મો જાણી
લઈને તેનું આ લોકમાં આચરણ કરવું એ જ તારા માટે ઉચિત છે.

<u>**અધ્યાય-૧૬-દૈવાસુર- સંપદ્વિભાગ- યોગ-સમાપ્ત**</u>

ટૂંકસાર-અધ્યાય-૧૬-દૈવાસુર સંપદ્વિભાગ યોગ

અભયતા,ચિત્તની નિર્મળતા,તત્વજ્ઞાન,અહિંસા,સત્ય,ધ્યાનમાં નિષ્ઠા,
જ્ઞાન વગેરે દૈવી સંપત પ્રાપ્ત થયેલા પુરુષના લક્ષણો છે.(૧-૩)
દંભ,દર્પ,અભિમાન,ક્રોધ,કઠોરતા,અજ્ઞાન વગેરે આસુરી સંપતવાળા
લક્ષણો છે.(૪)

દૈવી સંપદા મોક્ષ આપનારી અને આસુરી સંપદા બંધન માં નાખનારી છે (૫)
આસુરી વૃત્તિવાળા મનુષ્યો,પ્રવૃત્તિ કે નિવૃત્તિ કર્મોને સમજતા નથી,
તેમનામાં પવિત્રતા,સદાચાર,સત્યતા હોતા નથી .(૭)
તેઓ કહે છે કે –"આ જગત આધાર વિનાનું,ઈશ્વર વિનાનું,અસત્ય,
અને કામરૂપ હેતુ વાળું છે." અને તેથી કામનાઓ ભોગવે છે.(૮)

અને દંભ,મદ,માનથી છકીને, કદી તૃપ્ત ના થાય એવી કામનાઓનો આશ્રય કરી,
ખોટા આગ્રહો પકડીને 'વિરુદ્ધ'કર્મો માં મચ્યા રહે છે.(૧૦)
'આશા રૂપી'પશોથી બંધાયેલા તથા કામ-ક્રોધ માં પરાયણ રહેનારા
આ મનુષ્યો અન્યાયથી ધન નો સંગ્રહ કરવાનો પ્રયત્ન કરે છે...(૧૨)

તેઓ વિચારે છે કે"આજે આ મેં મેળવ્યું છે અને હવે બીજી કામના સફળ કરી
બીજું મેળવીશ,આ શત્રુને મેં માર્યો અને હવે બીજાને મારીશ.હું
વૈભવશાળી,પ્રતિષ્ઠાવાળો,બળવાન,સુખી,ધનિક,કુટુંબ કબીલા વાળો,અને
કુળવાન છું.હું યજ્ઞ કરીશ,દાન દઈશ,હું જ સિદ્ધ છું " આવી રીતે અજ્ઞાનથી
મોહિત,અનેક પ્રકારે ભ્રમિત ચિત્ત વાળા,મોહજાળમાં ફસાયેલા અને
વિષયભોગમાં આશક્ત થયેલા તે આસુરી લોકો નરક માં જ જાય છે.(૧૩-૧૬)

પુરુષ નો નાશ કરનાર ત્રણ -નરકનાં દ્વાર છે,-કામ,ક્રોધ અને મોહ.
તેનો તરત જ ત્યાગ કરવો જોઈએ..(૨૧)
તેનાથી મુક્ત થયેલો મનુષ્ય આત્મા નું કલ્યાણ કરી પરમ ગતિ પામે છે (૨૨)

જે મનુષ્ય શાસ્ત્ર વિધિ છોડી પોતાની ઇચ્છા પ્રમાણે વર્તે છે,
તે સિદ્ધિ કે પરમ સુખ મેળવી શકતો નથી...(૨૩)
કરવા યોગ્ય કે ના કરવા યોગ્ય કર્મો નો નિર્ણય કરવામાં શાસ્ત્ર જ પ્રમાણ છે.
માટે તેના મુજબ કરવા યોગ્ય કર્મ કરવા તે જ યોગ્ય છે.(૨૪)

અધ્યાય-૧૭-શ્રધ્ધાત્રય- વિભાગ- યોગ

અર્જુન ઉવાચ-
યે શાસ્ત્રવિધિમુત્સૃજ્ય યજન્તે શ્રધ્ધયાન્વિતાઃ,
તેષાં નિષ્ઠા તુ કા કૃષ્ણ સત્ત્વમાહો રજસ્તમઃ.(૧)

અર્જુન કહે : હે શ્રી કૃષ્ણ ! જે મનુષ્યો શાસ્ત્રવિધિનો ત્યાગ કરીને,
શ્રધ્ધાયુક્ત થઇ દેવતાઓનું યજન કરે છે,તેમની તે નિષ્ઠા કેવા પ્રકારની છે?
સાત્વિક, રાજસ કે તામસ?(૧)

શ્રી ભગવાનુવાચ-
ત્રિવિધા ભવતિ શ્રધ્ધા દેહિનાં સા સ્વભાવજા,
સાત્ત્વિકી રાજસી ચૈવ તામસી ચેતિ તાં શ્રૃણુ.(૨)

શ્રી ભગવાન કહે : મનુષ્યની જે સ્વાભાવિક શ્રધ્ધા હોય છે તે સાત્વિક,
રાજસ અને તામસ,એમ ત્રણ પ્રકારની હોય છે તે સાંભળ.(૨)

સત્ત્વાનુરૂપા સર્વસ્ય શ્રધ્ધા ભવતિ ભારત,
શ્રધ્ધામયોયં પુરુષો યો યચ્છ્રધ્ધઃ સ એવ સઃ.(૩)

હે ભારત ! સર્વને પોતપોતાના પૂર્વ સંસ્કાર પ્રમાણે શ્રધ્ધા ઉત્પન્ન થાય છે,
કારણ કે આ સંસારી જીવ શ્રધ્ધામય હોય છે તેથી મનુષ્ય જેવી શ્રધ્ધાવાળો
થાય છે,તે તેવી જ યોગ્યતાનો કહેવાય છે.(૩)

યજન્તે સાત્ત્વિકા દેવાન્યક્ષરક્ષાંસિ રાજસાઃ,
પ્રેતાન્ભૂતગણાંશ્ચાન્યે યજન્તે તામસા જનાઃ.(૪)

જેઓ સાત્વિક હોય છે, તેઓ દેવોનું પૂજન કરે છે.
જેઓ રાજસ હોય છે તેઓ યક્ષો-રાક્ષસોનું પૂજન કરે છે
અને તામસ હોય છે તે ભૂતગણો- પ્રેતોનું પૂજન કરે છે.(૪)

અશાસ્ત્રવિહિતં ઘોરં તપ્યન્તે યે તપો જનાઃ,
દમ્ભાહઙ્કારસંયુક્તાઃ કામરાગબલાન્વિતાઃ.(૫)

દંભ અને અહંકાર તેમજ કામ અને પ્રીતિના બળથી યુક્ત એવા
જે જનો શાસ્ત્ર વિરુધ્ધ ઘોર તપ કરે છે;(૫)

કર્ષયન્તઃ શરીરસ્થં ભૂતગ્રામમચેતસઃ,
માં ચૈવાન્તઃશરીરસ્થં તાન્વિદ્ધ્યાસુરનિશ્ચયાન્.(૬)

અને જે અવિવેકીજન દેહની ઇન્દ્રિયોને અને દેહની અંદર રહેતા મને
પણ કૃશ બનાવે છે,તે આસુરી નિષ્ઠાવાળા છે એમ તું માન.(૬)

**આહારસ્ત્વપિ સર્વસ્ય ત્રિવિધો ભવતિ પ્રિયઃ,
યજ્ઞસ્તપસ્તથા દાનં તેષાં ભેદમિમં શ્રૃણુ.(૭)**

પ્રત્યેકને મનગમતો આહાર પણ ત્રણ પ્રકારનો હોય છે. તે રીતે યજ્ઞ,તપ અને દાન પણ ત્રણ પ્રકારનાં હોય છે. તે દાનના ભેદ હું તને કહીશ સાંભળ.(૭)

**આયુઃસત્ત્વબલારોગ્યસુખપ્રીતિવિવર્ધનાઃ,
રસ્યાઃ સ્નિગ્ધાઃ સ્થિરા હૃધા આહારાઃ સાત્ત્વિકપ્રિયાઃ.(૮)**

આયુષ્ય, બળ, સત્વ, આરોગ્ય,સુખ અને રુચિને વધારનારા રસદાર તથા ચીકાશવાળા, દેહને પૃષ્ટિ આપનારા અને હદયને પ્રસન્નતા આપે તેવા આહારો સાત્વિક મનુષ્યને પ્રિય હોય છે.(૮)

**કટ્વમ્લલવણાત્યુષ્ણતીક્ષ્ણરૂક્ષવિદાહિનઃ
આહારા રાજસસ્યેષ્ટા દુઃખશોકામયપ્રદાઃ.(૯)**

અતિશય કડવા,ખારા, ખાટા, ગરમ, તીખા, રુક્ષ, દાહક તથા દુઃખ, શોક અને રોગ ઉત્પન્ન કરે તેવા આહાર રાજસોને પ્રિય હોય છે.(૯)

**યાતયામં ગતરસં પૂતિ પર્યુષિતં ચ યત્,
ઉચ્છિષ્ટમપિ ચામેધ્યં ભોજનં તામસપ્રિયમ્.(૧૦)**

કાચુપાકું, ઉતરી ગયેલું, વાસી, ગંધાતું, એંઠું તથા અપવિત્ર અન્ન તામસી પ્રકૃતિના મનુષ્યને પ્રિય લાગે છે.(૧૦)

**અફલાકાઙ્ક્ષિભિર્યજ્ઞો વિધિદૃષ્ટો ય ઇજ્યતે,
યષ્ટવ્યમેવેતિ મનઃ સમાધાય સ સાત્ત્વિકઃ.(૧૧)**

ફળની કામના ન રાખનાર મનુષ્ય, પોતાનું કર્તવ્ય છે એમ સમજીને મનથી નિશ્ચય કરી જે શાસ્ત્રોકતવિધિ પ્રમાણે યજ્ઞ કરે છે તે સાત્વિક યજ્ઞ કહેવાય છે.(૧૧)

**અભિસંધાય તુ ફલં દમ્ભાર્થમપિ ચૈવ યત્,
ઇજ્યતે ભરતશ્રેષ્ઠ તં યજ્ઞં વિધ્દ્ધિ રાજસમ્.(૧૨)**

હે ભરતશ્રેષ્ઠ ! ફળની ઇચ્છાથી કે કેવળ દંભ કરવા માટે જે યજ્ઞ કરવામાં આવે છે તે રાજસ-યજ્ઞ કહેવામાં આવે છે, એમ તું સમજ.(૧૨)

**વિધિહીનમસૃષ્ટાન્નં મન્ત્રહીનમદક્ષિણમ્,
શ્રધ્દ્ધાવિરહિતં યજ્ઞં તામસં પરિચક્ષતે.(૧૩)**

શાસ્ત્રવિધિ રહિત, અન્નદાન રહિત, મંત્ર રહિત, દક્ષિણારહિત અને શ્રધ્દ્ધારહિત જે યજ્ઞ કરવામાં આવે છે તે તામસ યજ્ઞ કહેવાય છે.

દેવદ્વિજગુરુપ્રાજ્ઞપૂજનં શૌચમાર્જવમ્,
બ્રહ્મચર્યમહિંસા ચ શારીરં તપ ઉચ્યતે.(૧૪)

દેવ, દ્વિજ, ગુરુ અને પ્રાજ્ઞનું પૂજન,પવિત્રતા,સરળતા,બ્રહ્મચર્ય અને અહિંસા
એ શરીરસંબંધી તપ કહેવાય છે.(૧૪)

અનુદ્વેગકરં વાક્યં સત્યં પ્રિયહિતં ચ યત્,
સ્વાધ્યાયાભ્યસનં ચૈવ વાઙ્મયં તપ ઉચ્યતે.(૧૫)

કોઈનું મન ન દુભાય તેવું, સત્ય, મધુર, સર્વને પ્રિય અને હિતકારક
એવું વચન બોલવું તથા યથાવિધિ
વેદશાસ્ત્રનો અભ્યાસ કરવો તેને વાણીનું તપ કહેવામાં આવે છે.(૧૫)

મનઃપ્રસાદઃ સૌમ્યત્વં મૌનમાત્મવિનિગ્રહઃ,
ભાવસંશુધ્દ્ધિરિત્યેતત્તપો માનસમુચ્યતે.(૧૬)

મનની પ્રસન્નતા, સૌજન્ય, મૌન,આત્મસંયમ અને અંતઃકરણની શુધ્ધિને
માનસિક તપ કહેવામાં આવે છે.(૧૬)

શ્રધ્ધયા પરયા તપ્તં તપસ્તત્ત્રિવિધં નરૈઃ,
અફલાકાઙ્ક્ષિભિર્યુક્તૈઃ સાત્ત્વિં પરિચક્ષતે.(૧૭)

ફળની આશા વગર તથા સમાહિત ચિત્તવાળા પુરુષે શ્રેષ્ઠ શ્રધ્ધાથી ઉપરોક્ત
ત્રણ રીતે આચરેલું તપ સાત્વિક તપ કહેવાય છે.(૧૭)

સત્કારમાનપૂજાર્થં તપો દમ્ભેન ચૈવ યત્,
ક્રિયતે તદિહ પ્રોક્તં રાજસં ચલમધ્રુવમ્.(૧૮)

અને જે તપ પોતાની સ્તુતિ, માન તથા પૂજાના હેતુથી,
કેવળ દંભથી કરવામાં આવે છે તેને રાજસ તપ કહેવાય છે.
તે આ લોકમાં નાશવંત અને અનિશ્ચિત ફળવાળું છે.(૧૮)

મૂઢગ્રાહેણાત્મનો યત્પીડયા ક્રિયતે તપઃ,
પરસ્યોત્સાદનાર્થં વા તત્તામસમુદાહૃતમ્.(૧૯)

ઉન્મત્તતાથી દુરાગ્રહપૂર્વક પોતાના દેહને કષ્ટ આપી
અથવા બીજાનું અહિત કે નાશ કરવાની કામનાથી
જે તપ કરવામાં આવે છે તે તામસ તપ કહેવાય છે.(૧૯)

દાતવ્યમિતિ યદ્દાનં દીયતેનુપકારિણે,
દેશે કાલે ચ પાત્રે ચ તદ્દાનં સાત્ત્વિકં સ્મૃતમ્.(૨૦)

દાન કરવું એ આપણું કર્તવ્ય છે, એવા હેતુથી
જે દાન પ્રત્યુપકાર નહિ કરી શકનાર સત્પાત્રને, પુણ્યક્ષેત્રમાં
અને પર્વકાળે આપવામાં આવે છે તેને સાત્વિક દાન કહેવામાં આવેછે.(૨૦)

યત્તુ પ્રત્યુપકારાર્થં ફલમુદ્દિશ્ય વા પુનઃ,
દીયતે ચ પરિક્લિષ્ટં તદ્દાનં રાજસં સ્મૃતમ્.(૨૧)

વળી જે કંઈ દાન પ્રતિઉપકાર માટે અથવા ફળને ઉદ્દેશી તથા કલેશ પામીને
આપવામાં આવે તેને રાજસ દાન કહેવાય છે.(૨૧)

અદેશકાલે યદ્દાનમપાત્રેભ્યશ્ચ દીયતે,
અસત્કૃતમવજ્ઞાતં તત્તામસમુદાહૃતમ્.(૨૨)

જે દાન સત્કારરહિત, અપમાન પૂર્વક, અપવિત્ર જગામાં તથા કાળમાં
અને અપાત્રને અપાય છે તે તામસ દાન કહેવાય છે.(૨૨)

ૐ તત્સદિતિ નિર્દેશો બ્રહ્મણસ્ત્રિવિધઃ સ્મૃત,
બ્રાહ્મણાસ્તેન વેદાશ્ચ યજ્ઞાશ્ચ વિહિતાઃ પુરા.(૨૩)

ૐ, તત્ અને સત્ - એવા ત્રણપ્રકારના બ્રહ્મનાં નામો છે,તેમના યોગથી પૂર્વે
આદિકાળમાં બ્રાહ્મણ, વેદ અને યજ્ઞ ઉત્પન્ન કરવામાં આવ્યા છે.(૨૩)

તસ્માદોમિત્યુદાહૃત્ય યજ્ઞદાનતપઃક્રિયાઃ.
પ્રવર્તન્તે વિધાનોક્તાઃ સતતં બ્રહ્મવાદિનામ્.(૨૪)

એટલેજ વેદવેત્તાઓની યથાવિધિ યજ્ઞ, દાન અને તપ વગેરે ક્રિયાઓ બ્રહ્મના
ૐ ઉચ્ચાર સહિત સતત ચાલતી હોય છે.(૨૪)

તદિત્યનભિસન્ધાય ફલં યજ્ઞતપઃક્રિયાઃ,
દાનક્રિયાશ્ચ વિવિધાઃ ક્રિયન્તે મોક્ષકાઙ્ક્ષિભિઃ.(૨૫)

મોક્ષની કામનાવાળા બ્રહ્મના તત્ નામનો ઉચ્ચાર કરી ને ફળની કામના
ન રાખતાં યજ્ઞ અને તપરૂપ ક્રિયાઓ તથા વિવિધ દાન ક્રિયાઓ કરે છે.(૨૫)

સદ્ભાવે સાધુભાવે ચ સદિત્યેતત્પ્રયુજ્યતે,
પ્રશસ્તે કર્મણિ તથા સચ્છબ્દઃ પાર્થ યુજ્યતે.(૨૬)

હે પાર્થ ! સદ્ભાવમાં તથા સાધુભાવમાં સત્ એ પ્રમાણે એનો પ્રયોગ કરાય છે
તથા માંગલિક કર્મમાં સત્ શબ્દનો પ્રયોગ કરવામાં આવે છે.(૨૬)

યજ્ઞે તપસિ દાને ચ સ્થિતિઃ સદિતિ ચોચ્યતે,
કર્મ ચૈવ તદર્થીયં સદિત્યેવાભિધીયતે.(૨૭)

યજ્ઞમાં તપમાં તથા દાનમાં નિષ્ઠાથી સત્ એમ કહેવાય છે. તેમ જ તેને માટે કરવામાં આવતું કર્મ પણ એ જ પ્રમાણે કહેવાય છે.(૨૭)

અશ્રદ્ધયા હુતં દત્તં તપસ્તપ્તં કૃતં ચ યત્,
અસદિત્યુચ્યતે પાર્થ ન ચ તત્પ્રેત્ય નો ઇહ.(૨૮)

હે પાર્થ ! અશ્રદ્ધાથી હોમેલું, આપેલું, તપ કરેલું,તથા જે કંઇ કરેલું હોય તે અસત્ કહેવાય છે; કારણ કે તે આ લોકમાં કે પરલોકમાં ફળ આપતું નથી.(૨૮)

<u>અધ્યાય-૧૭-શ્રદ્ધાત્રય- વિભાગ- યોગ-સમાપ્ત</u>

<u>ટૂંકસાર-અધ્યાય-૧૭ -શ્રદ્ધાત્રય વિભાગ યોગ</u>

અર્જુન-હે કૃષ્ણ, જે પુરુષો શાસ્ત્રવિધિ છોડી ફક્ત શ્રદ્ધા યુક્ત થઇ આપને ભજે છે,તેમની ભક્તિ કેવા પ્રકારનીસમજવી?સાત્વિક,રજસ કે તમસ?

કૃષ્ણ- મનુષ્યની જે સ્વાભાવિક શ્રદ્ધા છે તે
–સાત્વિક,રજસ અને તમસ એમ ત્રણ પ્રકારની હોય છે. (૨)

સર્વને પોતપોતાના પૂર્વ સંસ્કાર અનુસાર શ્રદ્ધા ઉત્પન્ન થાય છે,
એ જે પ્રકારની શ્રદ્ધા થી યુક્ત હોય છે,તે તેવી જ યોગ્યતા નો હોય છે..(૩)

જેઓ સાત્વિક છે,તેઓ દેવોનું પૂજન કરે છે,
જેઓ રાજસિક છે તેઓ રાક્ષસો-યક્ષો નું પૂજન કરે છે,
અને તામસિક લોકો પ્રેત,ભૂતગણો નું પૂજન કરે છે...(૪)

રસાળ,ચીકણા,પૌષ્ટિક અને ચિત્તને રુચિકર આહાર
સાત્વિક મનુષ્યોને પ્રિય હોય છે..(૮)
તીખા,ખાટા,લુખ્ખા,કડવા,અતિ ગરમ અને દાહ કરનારા આહાર
રાજસી મનુષ્યોને પ્રિય છે...(૯)
વાસી,ઉતરી ગયેલું,રસહીન,વાસવાળું અને અપવિત્ર ભોજન
તામસી મનુષ્યોને પ્રિય હોય છે...(૧૦)

જે ફળની ઇચ્છા રાખ્યા વગર,કર્તવ્ય સમજી યજ્ઞ કરે તે સાત્વિક યજ્ઞ છે.(૧૧)
જે ફળની કામનાથી તેમજ દેખાડા માટે યજ્ઞ કરે છે તે રાજસિક યજ્ઞ છે...(૧૨)
જેમાં શાસ્ત્રવિધિ,અન્નદાન,મંત્ર,દક્ષિણા અને શ્રધ્ધા નથી હોતા
તેવા યજ્ઞને તામસિક યજ્ઞ કહે છે...(૧૩)

ફળની ઇચ્છા વિના,સમ ચિત્ત થી,ઉત્તમ શ્રદ્ધાથી કરેલા
તપને સાત્વિક તપ કહે છે (૧૭)
પોતાની સ્તુતિ,માન,અને પૂજા થવાના હેતુથી,

કેવળ દામ્ભિકતાથી કરેલા તપ ને રાજસિક તપ કહે છે..(૧૮)
અજ્ઞાનતાથી,હઠથી,વાણી-શરીરને કષ્ટ આપી,
બીજાનું અનિષ્ઠ કરવાના હેતુથી કરેલું તપ તામસિક છે.(૧૯)

દાન દેવું એ આપણું કર્તવ્ય છે,એવી બુધ્ધિ થી,બદલાની આશા વિના,
યોગ્ય સ્થળે,યોગ્ય સમયે,ઉપકાર પાછો વાળવા અસમર્થ હોય તેવી
યોગ્ય વ્યક્તિને દાન અપાય તે સાત્વિક દાન છે.(૨૦)

બદલો મેળવવાની આશાએ ,અથવા
ફળની આશાથી કચવાતા મને આપેલા દાનને રાજસિક દાન કહ્યું છે.(૨૧)

સત્કાર વગર,તુચ્છ ભાવથી,તિરસ્કારથી,
અયોગ્ય દેશ-કાળમાં આપેલ દાનને તામસિક દાન કહ્યું છે..(૨૨)

અધ્યાય -૧૮-મોક્ષ-સંન્યાસ-યોગ

અર્જુન ઉવાચ-
સંન્યાસસ્ય મહાબાહો તત્ત્વમિચ્છામિ વેદિતુમ્,
ત્યાગસ્ય ચ હૃષીકેશ પૃથક્કેશિનિષૂદન.(૧)

અર્જુન કહે : હે મહાબાહો ! હે ઋષિકેશ ! હે કેશિનીષૂદન !
હું ' સન્યાસ' શબ્દનો ખરો અર્થ અને ' ત્યાગ ' શબ્દનો પણ
સત્ય અર્થ પૃથક જાણવા ઈચ્છું છું.(૧)

શ્રી ભગવાનુવાચ-
કામ્યાનાં કર્મણાં ન્યાસં સંન્યાસં કવયો વિદુઃ,
સર્વકર્મફલત્યાગં પ્રાહુસ્ત્યાગં વિચક્ષણાઃ.(૨)

શ્રી ભગવાન બોલ્યા : કેટલાક સુક્ષ્મદર્શી પંડિતો
કામ્યકર્મો ના ત્યાગને 'સન્યાસ'કહે છે જયારે
વિધ્દાનો સર્વ કર્મોના ફળનો ત્યાગ કરવો એને ત્યાગ કહે છે.(૨)

ત્યાજ્યં દોષવદિત્યેકે કર્મ પ્રાહુર્મનીષિણઃ,
યજ્ઞદાનતપઃકર્મ ન ત્યાજ્યમિતિ ચાપરે.(૩)

કેટલાક પંડિતોનું કહેવું છે કે કર્મ માત્ર દોષયુક્ત હોય છે.
આથી તેનો ત્યાગ કરવો.જયારે કેટલાક
પંડિતો કહે છે કે યજ્ઞ,દાન.તપ વગેરે કર્મોનો ત્યાગ કરવો નહિ .(૩)

નિશ્ચયં શ્રૃણુ મે તત્ર ત્યાગે ભરતસત્તમ,
ત્યાગો હિ પુરુષવ્યાઘ્ર ત્રિવિધઃ સંપ્રકીર્તિતઃ.(૪)

હે ભરતશ્રેષ્ઠ ! એ ત્યાગ વિષે મારો ચોક્કસ મત શો છે તે તને કહું છું સાંભળ.
હે પુરુષવ્યાઘ્ર ! ત્યાગ પણ ત્રણ પ્રકારનો છે.(૪)

યજ્ઞદાનતપઃકર્મ ન ત્યાજ્યં કાર્યમેવ તત્,
યજ્ઞો દાનં તપશ્ચૈવ પાવનાનિ મનીષિણામ્.(૫)

યજ્ઞ, દાન અને તપરૂપ કર્મ ત્યાગ કરવા યોગ્ય નથી.તે કરવાજ જોઈએ.
યજ્ઞ, દાન અને તપ ફળની ઈચ્છા રહિત કરવામાં આવે
તો તે મનુષ્યને પવિત્ર બનાવે છે.(૫)

તાન્યપિ તુ કર્માણિ સઙ્ગં ત્યક્ત્વા ફલાનિ ચ,
કર્તવ્યાનીતિ મે પાર્થ નિશ્ચિતં મતમુત્તમમ્.(૬)

હે પાર્થ ! એ યજ્ઞાદિ કર્મો પણ સંગનો તથા ફળનો ત્યાગ કરીને કરવા જોઈએ
એવો મારો નિશ્ચિત અને ઉત્તમ અભિપ્રાય છે.(૬)

નિયતસ્ય તુ સંન્યાસઃ કર્મણો નોપપદ્યતે,
મોહાત્તસ્ય પરિત્યાગસ્તામસઃ પરિકીર્તિતઃ.(૭)

નિયત કર્મોનો ત્યાગ કરવો યોગ્ય નથી.તેના મોહથી પરિત્યાગ કરવો
તેને તામસ ત્યાગ કહેવાય છે.(૭)

દુઃખમિત્યેવ યત્કર્મ કાયક્લેશભયાત્ત્યજેત્,
સ કૃત્વા રાજસં ત્યાગં નૈવ ત્યાગફલં લભેત્.(૮)

કર્મ દુઃખરૂપ છે, એમ માની શરીરના કલેશના ભયથી તેનો ત્યાગ કરવો
તે રાજસ ત્યાગ કહેવાય છે.
એ રીતે રાજસ ત્યાગ કરીને તે પુરુષ ત્યાગના ફળને પામતો નથી.(૮)

કાર્યમિત્યેવ યત્કર્મ નિયતં ક્રિયતેર્જુન,
સઙ્ગં ત્યક્ત્વા ફલં ચૈવ સ ત્યાગઃ સાત્ત્વિકો મતઃ.(૯)

હે અર્જુન આ કરવા યોગ્ય છે, એમ નિશ્ચય કરીને સંગ તથા ફળનો
ત્યાગ કરીને જે નિત્યકર્મ કરવામાં આવે છે તેને સાત્વિક ત્યાગ માનેલો છે.(૯)

ન દ્વેષ્ટ્યકુશલં કર્મ કુશલે નાનુષજ્જતે,
ત્યાગી સત્ત્વસમાવિષ્ટો મેધાવી છિન્નસંશયઃ.(૧૦)

સાત્વિક ત્યાગી સત્વગુણથી વ્યાપ્ત થયેલા આત્મજ્ઞાન વાળો થાય છે
તથા સર્વ શંકાઓથી રહિત હોય તેવા અશુભ કર્મનો દ્વેષ કરતો નથી.
વળી તે વિહિત કર્મમાં આશક્ત થતો નથી.(૧૦)

ન હિ દેહભૃતા શક્યં ત્યક્તું કર્માણ્યશેષતઃ,
યસ્તુ કર્મફલત્યાગી સ ત્યાગીત્યભિધીયતે.(૧૧)

દેહધારી જીવાત્મા માટે સંપૂર્ણ રીતે કર્મનો ત્યાગ કરવો શક્ય નથી.માટે
જે કર્મફળ નો ત્યાગ કરનારો છે, તે ત્યાગી એ પ્રમાણે કહેવાય છે.(૧૧)

અનિષ્ટમિષ્ટં મિશ્રં ચ ત્રિવિધં કર્મણઃ ફલમ્,
ભવત્યત્યાગિનાં પ્રેત્ય ન તુ સંન્યાસિનાં ક્વચિત્.(૧૨)

કર્મફળના ત્યાગ ન કરનાર ને મૃત્યુ પછી
કર્મનું અનિષ્ટ, ઇષ્ટ અને મિશ્ર એમ ત્રણ પ્રકારનું ફળ પ્રાપ્ત થાય છે.
પરંતુ સંન્યાસીઓને કદી પણ ત્રણ પ્રકારનું ફળ પ્રાપ્ત થતું નથી.(૧૨)

પઞ્ચૈતાનિ મહાબાહો કારણાનિ નિબોધ મે,
સાંખ્યે કૃતાન્તે પ્રોક્તાનિ સિદ્ધયે સર્વકર્મણામ્.(૧૩)

હે મહાબાહો ! કર્મની સમાપ્તિવાળા વેદાંત શાસ્ત્રમાં સર્વ કર્મોથી સિધ્ધિ માટે
આ પાંચ સાધનો કહેવામાં આવ્યા છે તે મારી પાસેથી સમજી લે.(૧૩)

અધિષ્ઠાનં તથા કર્તા કરણં ચ પૃથગ્વિધમ્,
વિવિધાશ્ચ પૃથક્ચેષ્ટા દૈવં ચૈવાત્ર પઞ્ચમમ્.(૧૪)

સુખદુઃખાદિનો આશ્રય કરનાર દેહ, જીવાત્મા, જુદી જુદી ઇન્દ્રિયો,
પ્રાણપાનાદિ વાયુના નાના પ્રકારની ક્રિયાઓ અને દૈવ આ પાંચ કારણો છે.(૧૪)

શરીરવાઙ્મનોભિર્યત્કર્મ પ્રારભતે નરઃ,
ન્યાય્યં વા વિપરીતં વા પઞ્ચૈતે તસ્ય હેતવઃ.(૧૫)

પુરુષ દેહ, મન અને વાણી વડે જે ધર્મરૂપ કે અધર્મરૂપ પણ
કર્મનો પ્રારંભ કરે છે,તે સર્વ કર્મોના આ પાંચ કારણો છે.(૧૫)

તત્રૈવં સતિ કર્તારમાત્માનં કેવલં તુ યઃ,
પશ્યત્યકૃતબુધ્ધિત્વાન્ન સ પશ્યતિ દુર્મતિઃ.(૧૬)

તે સર્વ કર્મોમાં આ પ્રમાણે હોવા છતાં પણ જે શુધ્ધ આત્માને કર્તા માને છે,
કે સમજે છે, તે - દુર્મતિ,અસંસ્કારી બુધ્ધિને લીધે વાસ્તવિક રીતે જોતો નથી.(૧૬)

યસ્ય નાહંકૃતો ભાવો બુધ્ધિર્યસ્ય ન લિપ્યતે,
હત્વાપિ સ ઇમાલ્લોકાન્ન હન્તિ ન નિબધ્યતે.(૧૭)

હું આ કર્મ કરું છું.એ પ્રકારની જેને ભાવના નથી, જેની બુધ્ધિ લેપાતી નથી
તે જ્ઞાનનિષ્ઠ આ પ્રાણીઓનો વધ કરી નાખે તો પણ તે વધ કરતો નથી.
અને તે વધના દોષથી બંધાતો નથી.(૧૭)

જ્ઞાનં જ્ઞેયં પરિજ્ઞાતા ત્રિવિધા કર્મચોદના,
કરણં કર્મ કર્તેતિ ત્રિવિધઃ કર્મસંગ્રહઃ.(૧૮)

જ્ઞાન, જ્ઞેય ને જ્ઞાતા એ ત્રણ પ્રકારના કર્મનો પ્રેરક છે
અને કરણ (મન અને બુધ્ધિ સહિત દશ ઇન્દ્રિયો)
કર્મ અને કર્તા એ પ્રકારે ત્રણ પ્રકારનો કર્મનો આશ્રય છે.(૧૮)

જ્ઞાનં કર્મ ચ કર્તા ચ ત્રિધૈવ ગુણભેદતઃ,
પ્રોચ્યતે ગુણસંખ્યાને યથાવચ્છૃણુ તાન્યપિ.(૧૯)

સાંખ્યશાસ્ત્રમાં જ્ઞાન,કર્મ તથા કર્તા સત્વાદિ ત્રણ ગુણના ભેદથી ત્રણ પ્રકારના
કહેવાય છે.તે ભેદ ને યથાર્થ રીતે તું સાંભળ.(૧૯)

સર્વભૂતેષુ યેનૈકં ભાવમવ્યયમીક્ષતે,
અવિભક્તં વિભક્તેષુ તજ્જ્ઞાનં વિદ્ધિ સાત્ત્વિકમ્.(૨૦)

જે જ્ઞાનના યોગથી જીવ પરસ્પર ભેદવાળા સર્વ ભૂતોમાં અવિભક્ત
એવા એક આત્મતત્વને જુએ છે તે જ્ઞાનને તું સાત્વિક જાણ.(૨૦)

પૃથક્ત્વેન તુ યજ્જ્ઞાનં નાનાભાવાન્પૃથગ્વિધાન્,
વેત્તિ સર્વેષુ ભૂતેષુ તજ્જ્ઞાનં વિદ્ધિ રાજસમ્.(૨૧)

વળી પરસ્પર ભેદથી રહેલા સર્વ ભૂતોમાં એક બીજાથી ભિન્ન ઘણા
આત્માઓને જે જ્ઞાન જાણે છે તે જ્ઞાનને તું રાજસ જ્ઞાન જાણ.(૨૧)

યત્તુ કૃત્સ્નવદેકસ્મિન્કાર્યે સક્તમહૈતુકમ્,
અતત્ત્વાર્થવદલ્પં ચ તત્તામસમુદાહૃતમ્.(૨૨)

વળી જે જ્ઞાન એક કર્મ માં પરિપૂર્ણ ની જેમ અભિનિવેશવાળું હેતુ વિનાનું
તત્વાર્થ થી રહિત તથા અલ્પ વિષય વાળું છે તે જ્ઞાનને તામસ કહ્યું છે.(૨૨)

નિયતં સઙ્ગરહિતમરાગદ્વેષતઃ કૃતમ્,
અફલપ્રેપ્સુના કર્મ યત્તત્સાત્ત્વિકમુચ્યતે.(૨૩)

ફળની ઈચ્છા ન રાખતાં જે નિત્ય નૈમિત્તિક કર્મો,કર્તુત્વ ના અભિમાનના
ત્યાગ પૂર્વક રાગ-દ્વેષ રહિત કરવામાં આવે છે
તેને સાત્વિક કર્મ કહેવામાં આવે છે.(૨૩)

યત્તુ કામેપ્સુના કર્મ સાહઙ્કારેણ વા પુનઃ,
ક્રિયતે બહુલાયાસં તદ્રાજસમુદાહૃતમ્.(૨૪)

વળી સ્વર્ગાદિ ફળની કામનાવાળા તથા અહંકાર વાળા મનુષ્યો દ્વારા
બહુ પરિશ્રમ વડે જે કરાય છે,તે રાજસ કહ્યું છે.(૨૪)

અનુબન્ધં ક્ષયં હિંસામનપેક્ષ્ય ચ પૌરુષમ્,
મોહાદારભ્યતે કર્મ યત્તત્તામસમુચ્યતે.(૨૫)

જે કર્મ પરિણામ નો, હાનિનો, હિંસાનોતથા પોતાના સામર્થ્યનો વિચાર કર્યા
વગર અવિવેકથી આરંભ કરવામાં આવે છે તેને તામસ કર્મ કહે છે. (૨૫)

મુક્તસઙ્ગોનહંવાદી ધૃત્યુત્સાહસમન્વિતઃ,
સિદ્ધ્યસિદ્ધ્યોર્નિર્વિકારઃ કર્તા સાત્ત્વિક ઉચ્યતે.(૨૬)

ફળની ઈચ્છા વગરનો. ' હું કર્તા છું.'
એમ નહિ કહેનારો,ધૈર્ય તથા ઉત્સાહથી યુક્ત સિદ્ધિમાં અને અસિદ્ધિમાં

વિકાર રહિત કર્મ કરનારો, સાત્વિક કહેવાય છે.(૨૬)

રાગી કર્મફલપ્રેપ્સુર્લુબ્ધો હિંસાત્મકોશુચિઃ,
હર્ષશોકાન્વિતઃ કર્તા રાજસઃ પરિકીર્તિતઃ.(૨૭)

રાગી, કર્મફળની ઇચ્છાવાળો, લોભી,હિંસા કરવાવાળો,અપવિત્ર તથા
હર્ષ-શોકવાળા કર્તાને રાજસ કહેવામાં આવે છે.(૨૭)

અયુક્તઃ પ્રાકૃતઃ સ્તબ્ધઃ શઠો નૈષ્કૃતિકોલસઃ,
વિષાદી દીર્ઘસૂત્રી ચ કર્તા તામસ ઉચ્યતે.(૨૮)

અસ્થિર ચિત્તવાળો, અસંસ્કારી, ઉધ્ધત, શઠ,
બીજાની આજીવિકાનો નાશ કરનાર, આળસુ,વિષાદ કરવાના સ્વભાવવાળો
તથા કાર્યને લંબાવવાના સ્વભાવવાળો કર્તા તામસ કહેવાય છે.(૨૮)

બુધ્ધેર્ભેદં ધૃતેશ્ચૈવ ગુણતસ્ત્રિવિધં શ્રૃણુ,
પ્રોચ્યમાનમશેષેણ પૃથક્ત્વેન ધનઞ્જય.(૨૯)

હે ધનંજય ! બુધ્ધિના તેમજ ધૈર્યના સત્વાદિક ગુણોથી ત્રણ પ્રકારના ભેદને
સંપૂર્ણ પણે જુદાં જુદા કહેવાય છે, તે તું સાંભળ.(૨૯)

પ્રવૃત્તિં ચ નિવૃત્તિં ચ કાર્યાકાર્યે ભયાભયે,
બન્ધં મોક્ષં ચ યા વેત્તિ બુધ્ધિઃ સા પાર્થ સાત્ત્વિકી.(૩૦)

હે પાર્થ ! જે બુધ્ધિ પ્રવૃતિને તથા નિવૃત્તિને તેમજ કાર્ય તથા અકાર્યને,
ભય તથા અભયને, બંધન તથા મોક્ષને જાણે છે તે બુધ્ધિ સાત્વિક છે.(૩૦)

યયા ધર્મમધર્મં ચ કાર્યં ચાકાર્યમેવ ચ,
અયથાવત્પ્રજાનાતિ બુધ્ધિઃ સા પાર્થ રાજસી.(૩૧)

હે પાર્થ ! જે બુધ્ધિ ધર્મને તથા અધર્મને,
કાર્ય તેમજ અકાર્યને યથાર્થ રીતે નહિ જાણે તે બુધ્ધિ રાજસી છે.(૩૧)

અધર્મં ધર્મમિતિ યા મન્યતે તમસાવૃતા,
સર્વાર્થાન્વિપરીતાંશ્ચ બુધ્ધિઃ સા પાર્થ તામસી.(૩૨)

હે પાર્થ ! તમોગુણથી ઢંકાયેલી જે બુધ્ધિ અધર્મને ધર્મ છે એમ માને છે
તથા સર્વ પદાર્થોને વિપરીત માને છે,તે તામસી બુધ્ધિ છે.(૩૨)

ધૃત્યા યયા ધારયતે મનઃપ્રાણેન્દ્રિયક્રિયાઃ,
યોગેનાવ્યભિચારિણ્યા ધૃતિઃ સા પાર્થ સાત્ત્વિકી.(૩૩)

હે પાર્થ ! ચિત્તવૃતિના નિરોધરૂપ યોગથી કામનાઓ ચલિત નહિ થનારી
ધીરજથી મન, પ્રાણ અને ઇન્દ્રિયોની ક્રિયાને ધારણ કરે છે.
તે ધૈર્ય સાત્વિક કહેવાય છે.(૩૩)

યયા તુ ધર્મકામાર્થાન્ ધૃત્યા ધારયતેર્જુન,
પ્રસઙ્ગેન ફલાકાઙ્ક્ષી ધૃતિઃ સા પાર્થ રાજસી.(૩૪)

હે પાર્થ ! વળી પ્રસંગાનુસાર ફળની કામનાવાળો થઇ જે ધૈર્ય વડે ધર્મ,
કામ અને અર્થને પ્રાપ્ત કરે છે તે ધૈર્ય રાજસી છે.(૩૪)

યયા સ્વપ્નં ભયં શોકં વિષાદં મદમેવ ચ,
ન વિમુઞ્ચતિ દુર્મેધા ધૃતિઃ સા પાર્થ તામસી.(૩૫)

હે પાર્થ ! ભાગ્યહીન મનુષ્ય જે ધૈર્ય વડે સ્વપ્ન, ભય, વિષાદ
તથા મદ ને પણ ત્યજતો નથી તે ધૈર્ય તામસી છે.(૩૫)

સુખં ત્વિદાનીં ત્રિવિધં શ્રૃણુ મે ભરતર્ષભ,
અભ્યાસાદ્રમતે યત્ર દુઃખાન્તં ચ નિગચ્છતિ.(૩૬)

હે ભરત શ્રેષ્ઠ ! હવે તું મારી પાસેથી ત્રણ પ્રકારનાં સુખને સાંભળ.
જે સમાધિસુખમાં અભ્યાસથી રમણ કરે છે તથા દુઃખ ના અંતને પામે છે.(૩૬)

યત્તદગ્રે વિષમિવ પરિણામેમૃતોપમમ્,
તત્સુખં સાત્ત્વિકં પ્રોક્તમાત્મબુદ્ધિપ્રસાદજમ્.(૩૭)

જે તે સુખ આરંભમાં વિષ જેવું પરંતુ પરિણામમાં અમૃત જેવું હોય તથા પોતાની
નિર્મળ બુધ્દ્રિથી ઉત્પન્ન થયેલું હોય તે સુખને સાત્વિક કહ્યું છે.(૩૭)

વિષયેન્દ્રિયસંયોગાદ્યત્તદગ્રેમૃતોપમમ્,
પરિણામે વિષમિવ તત્સુખં રાજસં સ્મૃતમ્.(૩૮)

જે તે સુખ વિષય તથા ઇન્દ્રિયોના સંયોગ થી ઉપજેલું છે તે આરંભમાં અમૃત જેવું
લાગે છે પણ પછી પરિણામમાં વિષ જેવું લાગે છે તે સુખ ને રાજસ કહ્યું છે.(૩૮)

યદગ્રે ચાનુબન્ધે ચ સુખં મોહનમાત્મનઃ,
નિદ્રાલસ્યપ્રમાદોત્થં તત્તામસમુદાહૃતમ્.(૩૯)

જે સુખઆરંભમાં તથા પરિણામે બુધ્દ્રિને મોહમાં નાખનારું, નિંદ્રા,
આળસ અને પ્રમાદથી ઉત્પન્ન થયેલું છે તે સુખ તામસ કહ્યું છે. (૩૯)

ન તદસ્તિ પૃથિવ્યાં વા દિવિ દેવેષુ વા પુનઃ,
સત્ત્વં પ્રકૃતિજૈર્મુક્તં યદેભિઃ સ્યાત્ત્રિભિર્ગુણૈઃ.(૪૦)

પૃથ્વીમાં કે પાતાળમાં અથવા સ્વર્ગમાં દેવોને વિષે પણ
એવું તે કંઇ વિધમાન નથી કે જે પ્રાણી અથવા
પદાર્થ પ્રકૃતિથી ઉત્પન્ન થયેલા આ સત્વાદિ ત્રણ ગુણોથી રહિત હોય.(૪૦)

બ્રાહ્મણક્ષત્રિયવિશાં શૂદ્રાણાં ચ પરંતપ,
કર્માણિ પ્રવિભક્તાનિ સ્વભાવપ્રભવૈર્ગુણૈઃ(૪૧)

હે પરંતપ ! બ્રાહ્મણ, ક્ષત્રીય, વૈશ્ય તથા શુદ્રોનાં કર્મોના પ્રકૃતિથી ઉત્પન્ન
થયેલા ગુણો વડે જુદા જુદા વિભાગો પાડવામાં આવ્યા છે.(૪૧)

શમો દમસ્તપઃ શૌચં ક્ષાન્તિરાર્જવમેવ ચ,
જ્ઞાનં વિજ્ઞાનમાસ્તિક્યં બ્રહ્મકર્મ સ્વભાવજમ્.(૪૨)

શમ, દમ, તપ,શૌચ, ક્ષમા,સરલતા તેમજ જ્ઞાન, વિજ્ઞાન,આસ્તિક્યપણું
એ સ્વભાવ જન્ય બ્રાહ્મણોનાં કર્મ છે.(૪૨)

શૌર્યં તેજો ધૃતિર્દાક્ષ્યં યુધ્દ્રે ચાપ્યપલાયનમ્,
દાનમીશ્વરભાવશ્ચ ક્ષાત્રં કર્મ સ્વભાવજમ્.(૪૩)

શૌર્ય, તેજ, ધીરજ, ચતુરાઇ અને યુધ્દ્રમાં પાછા ન હટવું, વળી
દાન તથા ધર્મ અનુસાર પ્રજાપાલન એ ક્ષત્રિયનાં સ્વાભાવિક કર્મો છે.(૪૩)

કૃષિગૌરક્ષ્યવાણિજ્યં વૈશ્યકર્મ સ્વભાવજમ્,
પરિચર્યાત્મકં કર્મ શૂદ્રસ્યાપિ સ્વભાવજમ્(૪૪)

ખેતી,ગૌરક્ષા અને વ્યાપાર એ વૈશ્યના સ્વાભાવિક કર્મ છે.અને આ ત્રણે
વર્ણની સેવારૂપ કર્મ શુદ્રનું સ્વાભાવિક કર્મ છે.(૪૪)

સ્વે સ્વે કર્મણ્યભિરતઃ સંસિધ્દ્રિં લભતે નરઃ,
સ્વકર્મનિરતઃ સિધ્દ્રિં યથા વિન્દતિ તચ્છૃણુ.(૪૫)

પોતાના સ્વાભાવિક કર્મમાં નિરત રહેલો મનુષ્ય સત્વ શક્તિને પામે છે.
પોતાના કર્મમાં તત્પર રહેલો મનુષ્ય
જે પ્રકારે મોક્ષની સિધ્દ્રિને પામે છે, તે તું સાંભળ.(૪૫)

યતઃ પ્રવૃત્તિર્ભૂતાનાં યેન સર્વમિદં તતમ્,
સ્વકર્મણા તમભ્યર્ચ્ય સિધ્દ્રિં વિન્દતિ માનવઃ.(૪૬)

જેનાથી ભૂતોની ઉત્પતિ થાય છે તથા જેના વડે સર્વ વ્યાપ્ત થાય છે
તેને પોતાના કર્મ વડે સંતુષ્ટ કરીને મનુષ્ય સિધ્દ્રિને પામે છે.(૪૬)

શ્રેયાન્સ્વધર્મો વિગુણઃ પરધર્માત્સ્વનુષ્ઠિતાત્,
સ્વભાવનિયતં કર્મ કુર્વન્નાપ્નોતિ કિલ્બિષમ્.(૪૭)

સારી રીતે આચરેલા પરધર્મ કરતાં પોતાનો ગુણરહિત હોય તો પણ સ્વધર્મ શ્રેષ્ઠ છે.સ્વભાવજન્ય શાસ્ત્રાનુસારકર્મ કરતો મનુષ્ય પાપને પામતો નથી.(૪૭)

સહજં કર્મ કૌન્તેય સદોષમપિ ન ત્યજેત્,
સર્વારમ્ભા હિ દોષેણ ધૂમેનાગ્નિરિવાવૃતાઃ.(૪૮)

હે કાન્તેય ! વર્ણાશ્રમ અનુસાર સ્વાભાવિક ઉદ્દભવેલું કર્મ દોષવાળું હોય તો પણ ન ત્યજવું.કારણકે સર્વકર્મો, ધુમાડાથી જેમ અગ્નિ ઢંકાયેલો રહે છે તેમ દોષ વડે ઢંકાયેલો રહે છે તેમ દોષ વડે ઢંકાયેલાં રહે છે.(૪૮)

અસક્તબુદ્ધિઃ સર્વત્ર જિતાત્મા વિગતસ્પૃહઃ,
નૈષ્કર્મ્યસિદ્ધિં પરમાં સંન્યાસેનાધિગચ્છતિ.(૪૯)

સ્ત્રી-પુત્રાદિ સર્વ પદાર્થો વિષે આસક્તિ રહિત બુદ્ધિવાળો,
અંતઃકરણ ને વશ રાખનારો, વિષયો તરફ
સ્પૃહા વિનાનો પુરુષ સંન્યાસ વડે પરમ નૈકર્મ્ય સિદ્ધિને પામે છે.(૪૯)

સિદ્ધિં પ્રાપ્તો યથા બ્રહ્મ તથાપ્નોતિ નિબોધ મે,
સમાસેનૈવ કૌન્તેય નિષ્ઠા જ્ઞાનસ્ય યા પરા.(૫૦)

હે કાન્તેય ! નિષ્કર્મ્યરૂપ સિદ્ધિને પ્રાપ્ત કરી વિદ્વાન પુરુષ જે પ્રકારે બ્રહ્મને પામે છે તે જ્ઞાનની પરમ નિષ્ઠા છે. તે સંક્ષેપમાં જ મારી પાસેથી સાંભળ.(૫૦)

બુદ્ધ્યા વિશુદ્ધયા યુક્તો ધૃત્યાત્માનં નિયમ્ય ચ,
શબ્દાદીન્ વિષયાંસ્ત્યક્ત્વા રાગદ્વેષૌ વ્યુદસ્ય ચ.(૫૧)

શુધ્દ બુધ્દિ વડે યુક્ત પુરુષ સાત્વિક ધૈર્યથી આત્માને નિયમમાં રાખી, શબ્દાદિ વિષયોનો ત્યાગ કરીને તથા રાગદ્વેષનો ત્યાગ કરી બ્રહ્મભાવને પ્રાપ્ત કરે છે.(૫૧)

વિવિક્તસેવી લઘ્વાશી યતવાક્કાયમાનસઃ,
ધ્યાનયોગપરો નિત્યં વૈરાગ્યં સમુપાશ્રિતઃ(૫૨)

એકાંત સેવનારો, અલ્પભોજન કરનારો, વાણી, દેહ તથા મનને વશમાં રાખનારો,દરરોજ ધ્યાન ધરનારો,એ વૈરાગ્યનો આશ્રય કરીને રહે છે.(૫૨)

અહઙ્કારં બલં દર્પં કામં ક્રોધં પરિગ્રહમ્,
વિમુચ્ય નિર્મમઃ શાન્તો બ્રહ્મભૂયાય કલ્પતે.(૫૩)

તથા અહંકાર, બળ, દર્પ, કામ, ક્રોધ, પરિગ્રહ અને મમતા છોડીને શાંત રહે છે તે બ્રહ્મસાક્ષાત્કાર માટે યોગ્ય બને છે.(૫૩)

બ્રહ્મભૂતઃ પ્રસન્નાત્મા ન શોચતિ ન કાઙ્ક્ષતિ,
સમઃ સર્વેષુ ભૂતેષુ મદ્ભક્તિં લભતે પરામ્.(૫૪)

બ્રહ્મરૂપ થયેલો પ્રસન્ન ચિત્તવાળો પદાર્થોનો શોક કરતો નથી.
અપ્રાપ્ય પદાર્થની ઇચ્છા કરતો નથી.
સર્વ ભૂતોમાં સમભાવ રાખનારો એ મારી પરાભક્તિને પામે છે.(૫૪)

ભક્ત્યા મામભિજાનાતિ યાવાન્યશ્ચાસ્મિ તત્ત્વતઃ,
તતો માં તત્ત્વતો જ્ઞાત્વા વિશતે તદનન્તરમ્.(૫૫)

ભક્તિ વડે હું ઉપાધિ ભેદોથી યુક્ત સ્વરૂપવાળો છું
તે જે મને તત્વથી જાણે છે, તે ભક્તિ વડે
મને તત્વથી જાણીને ત્યાર પછી મારા સ્વરૂપમાં પ્રવેશ કરે છે.(૫૫)

સર્વકર્માણ્યપિ સદા કુર્વાણો મદ્વ્યપાશ્રયઃ,
મત્પ્રસાદાદવાપ્નોતિ શાશ્વતં પદમવ્યયમ્.(૫૬)

સદા સર્વ કર્મો કરતો રહેવા છતાં પણ મારો શરણાગત ભક્ત મારી કૃપાથી
શાશ્વત અવિનાશી પદને પામે છે.(૫૬)

ચેતસા સર્વકર્માણિ મયિ સંન્યસ્ય મત્પરઃ,
બુદ્ધિયોગમુપાશ્રિત્ય મચ્ચિત્તઃ સતતં ભવ.(૫૭)

વિવેકબુદ્ધિ વડે સર્વ કામો મને સમર્પણ કરી - મારા પરાયણ થઇ
બુદ્ધિયોગનો આશ્રય કરીને નિરંતર મારા વિષે મનવાળો થા.(૫૭)

મચ્ચિત્તઃ સર્વદુર્ગાણિ મત્પ્રસાદાત્તરિષ્યસિ,
અથ ચેત્ત્વમહઙ્કારાન્ન શ્રોષ્યસિ વિનઙ્ક્ષ્યસિ.(૫૮)

મારા વિષે ચિત્ત રાખવાથી, મારી કૃપાથી,તું સર્વ દુઃખોને તરી જઈશ. પરંતુ
જો તું કદાચિત્ અહંકારથી મને સાંભળશે નહિ તો નાશ પામશે.(૫૮)

યદહઙ્કારમાશ્રિત્ય ન યોત્સ્ય ઇતિ મન્યસે,
મિથ્યૈષ વ્યવસાયસ્તે પ્રકૃતિસ્ત્વાં નિયોક્ષ્યતિ(૫૯)

અહંકારનો આશ્રય કરીને હું યુદ્ધ ન કરું એમ જો તું માનતો હો તો તારો નિશ્ચય
મિથ્યા છે, કારણકે તારો ક્ષત્રિય સ્વભાવ તને યુદ્ધમાં જોડશે.(૫૯)

સ્વભાવજેન કૌન્તેય નિબદ્ધઃ સ્વેન કર્મણા,
કર્તું નેચ્છસિ યન્મોહાત્કરિષ્યસ્યવશોપિ તત્.(૬૦)

હે અર્જુન ! સ્વભાવજન્ય પોતાના કર્મ વડે બંધાયેલો મોહવશ જે યુદ્ધ કરવાને
તું ઇચ્છતો નથી તે પરવશ થઇને પણ તું કરીશ.(૬૦)

ઈશ્વરઃ સર્વભૂતાનાં હૃદ્દેશેર્જુન તિષ્ઠતિ,
ભ્રામયન્સર્વભૂતાનિ યન્ત્રારૂઢાનિ માયયા.(૬૧)

હે અર્જુન ! ઈશ્વર યંત્રો પર બેસાડેલાં સર્વ ભૂતોને માયા વડે ભ્રમણ કરાવતાં
સર્વ ભૂતોના હૃદયમાં રહે છે.(૬૧)

તમેવ શરણં ગચ્છ સર્વભાવેન ભારત,
તત્પ્રસાદાત્પરાં શાન્તિં સ્થાનં પ્રાપ્સ્યસિ શાશ્વતમ્.(૬૨)

હે ભારત ! સર્વ પ્રકારે તે ઈશ્વરને જ શરણે તું જા જેની કૃપાથી
તું પરમ શાંતિ તથા શાશ્વત સ્થાનને પામીશ.(૬૨)

ઇતિ તે જ્ઞાનમાખ્યાતં ગુહ્યાદ્ગુહ્યતરં મયા,
વિમૃશ્યૈતદશેષેણ યથેચ્છસિ તથા કુરુ.(૬૩)

એ પ્રમાણે મેં તને ગુહ્યથી અતિ ગુહ્ય ગીતાશાસ્ત્રરૂપી જ્ઞાન કહ્યું,
એનો સંપૂર્ણપણે વિચાર કરીને જેમ તારી ઈચ્છા હોય તેમ તું કર.(૬૩)

સર્વગુહ્યતમં ભૂયઃ શ્રૃણુ મે પરમં વચઃ,
ઇષ્ટોસિ મે દૃઢમિતિ તતો વક્ષ્યામિ તે હિતમ્.(૬૪)

ફરીથી સર્વથી અતિ ગુહ્ય પરમ વચનને તું સાંભળ, કેમ કે તું મને અતિપ્રિય છે.
તેથી તને આ હિત કારક વચનો કહું છું.(૬૪)

મન્મના ભવ મદ્ભક્તો મદ્યાજી માં નમસ્કુરુ,
મામેવૈષ્યસિ સત્યં તે પ્રતિજાને પ્રિયોસિ મે.(૬૫)

મારામાં જ મન રાખ, મારો ભક્ત થા, મારું પૂજન કર, મને નમસ્કાર કર,
એમ કરવાથી તું મને પામીશ
એમ હું સત્ય પ્રતિજ્ઞા કરું છું કારણકે તું મને પ્રિય છે.(૬૫)

સર્વધર્માન્પરિત્યજ્ય મામેકં શરણં વ્રજ,
અહં ત્વા સર્વપાપેભ્યો મોક્ષયિષ્યામિ મા શુચઃ.(૬૬)

સર્વ ધર્મોનો ત્યાગ કરીને તું મને એકને જ શરણે આવ.
હું તને સર્વ પાપોથી મુક્ત કરીશ.માટે તું શોક ન કર(૬૬)

ઇદં તે નાતપસ્કાય નાભક્તાય કદાચન.
ન ચાશુશ્રૂષવે વાચ્યં ન ચ માં યોભ્યસૂયતિ.(૬૭)

આ ગીતાનો ક્યારે પણ તપરહીતને, ભક્તિરહીતને, શુશ્રુષારહીતને તથા
જે મારી અસૂયા કરે છે તેવા મનુષ્યને ઉપદેશ કરવો નહિ.(૬૭)

ય ઇમં પરમં ગુહ્યં મદ્‌ભક્તેષ્વભિધાસ્યતિ,
ભક્તિં મયિ પરાં કૃત્વા મામેવૈષ્યત્યસંશયઃ.(૬૮)

જે આ પરમ ગુહ્યજ્ઞાનનો મારા ભક્તોને ઉપદેશ કરશે તે મારા વિષે
પરમભક્તિ પ્રાપ્ત કરીને મને જ પામશે,એમાં સંશય નથી.(૬૮)

ન ચ તસ્માન્મનુષ્યેષુ કશ્ચિન્મે પ્રિયકૃત્તમઃ,
ભવિતા ન ચ મે તસ્માદન્યઃ પ્રિયતરો ભુવિ.(૬૯)

વળી મનુષ્યોમાં તેનાથી બીજો કોઈ પણ મોટું અતિ પ્રિય કરનાર થવાનો નથી
તથા પૃથ્વીમાં તેના કરતાં બીજો વધારે પ્રિય પણ નથી.(૬૯)

અધ્યેષ્યતે ચ ય ઇમં ધર્મ્યં સંવાદમાવયોઃ,
જ્ઞાનયજ્ઞેન તેનાહમિષ્ટઃ સ્યામિતિ મે મતિઃ.(૭૦)

તથા જે આપણા બે ના આ ધર્મયુક્ત સંવાદનું અધ્યયન કરશે,
તેનાથી જ્ઞાનયજ્ઞ વડે હું પૂજાઈશ એવો મારો મત છે.(૭૦)

શ્રદ્ધાવાનનસૂયશ્ચ શ્રૃણુયાદપિ યો નરઃ,
સોપિ મુક્તઃ શુભાંલોકાન્પ્રાપ્નુયાત્પુણ્યકર્મણામ્.(૭૧)

જે પુરુષ શ્રદ્ધાવાન તથા ઈર્ષ્યા વિનાનો થઈને આ ગીતાશાસ્ત્રનું શ્રવણ કરે છે
તે પણ મુક્ત થઈને પુણ્યકર્મ કરનારાને પ્રાપ્ત થતાં શુભ લોકોને પામે છે.(૭૧)

કચ્ચિદેતચ્છ્રુતં પાર્થ ત્વયૈકાગ્રેણ ચેતસા,
કચ્ચિદજ્ઞાનસંમોહઃ પ્રનષ્ટસ્તે ધનઞ્જય.(૭૨)

હે પાર્થ ! તેં આ ગીતાશાસ્ત્ર એકાગ્ર ચિત્તથી સાંભળ્યું કે ?
હે ધનંજય ! તારો અજ્ઞાન થી ઉત્પન્ન થયેલો મોહ નાશ પામ્યો કે ? (૭૨)

અર્જુન ઉવાચ-
નષ્ટો મોહઃ સ્મૃતિર્લબ્ધા ત્વત્પ્રસાદાન્મયાચ્યુત,
સ્થિતોસ્મિ ગતસન્દેહઃ કરિષ્યે વચનં તવ.(૭૩)

અર્જુન કહે : હે અચ્યુત ! આપની કૃપાથી મારો મોહ નાશ પામ્યો છે.
મેં આત્મજ્ઞાનરૂપી સ્મૃતિ પ્રાપ્ત કરી છે.
સંશયરહિત થઇ હું આપનું વચન પાળીશ.(૭૩)

સંજય ઉવાચ-
ઇત્યહં વાસુદેવસ્ય પાર્થસ્ય ચ મહાત્મનઃ,
સંવાદમિમમશ્રૌષમદ્‌ભુતં રોમહર્ષણમ્.(૭૪)

સંજય કહે : એ પ્રમાણે ભગવાન વાસુદેવનો તથા મહાત્મા અર્જુનનો
અદ્‌ભુત અને રોમાંચિત કરે તેવો સંવાદ મેં સાંભળ્યો.(૭૪)

વ્યાસપ્રસાદાચ્છ્રુતવાનેતદ્ગુહ્યમહં પરમ્,
યોગં યોગેશ્વરાત્કૃષ્ણાત્સાક્ષાત્કથયતઃ સ્વયમ્.(૭૫)

વ્યાસ ભગવાનની કૃપાથી આ પરમ ગુહ્ય યોગને
યોગેશ્વર શ્રીકૃષ્ણે સ્વયં કહ્યો તે મેં સાક્ષાત સાંભળ્યો.(૭૫)

રાજન્સંસ્મૃત્ય સંસ્મૃત્ય સંવાદમિમમદ્‌ભુતમ્,
કેશવાર્જુનયોઃ પુણ્યં હૃષ્યામિ ચ મુહુર્મુહુઃ.(૭૬)

હે રાજન ! શ્રી કૃષ્ણ અને અર્જુનના આ પવિત્ર તથા અદ્‌ભુત સંવાદને
સંભારી સંભારીને વારંવાર હું હર્ષ પામું છું.(૭૬)

તચ્ચ સંસ્મૃત્ય સંસ્મૃત્ય રૂપમત્યદ્‌ભુતં હરેઃ,
વિસ્મયો મે મહાન્ રાજન્ હૃષ્યામિ ચ પુનઃ પુનઃ.(૭૭)

હે રાજન ! વળી ભગવાન શ્રી કૃષ્ણના તે અતિ અદ્‌ભુત વિશ્વરૂપને
સંભારી સંભારીને મને વિસ્મય થાય છે ને હું વારંવાર હર્ષ પામું છું.(૭૭)

યત્ર યોગેશ્વરઃ કૃષ્ણો યત્ર પાર્થો ધનુર્ધરઃ,
તત્ર શ્રીર્વિજયો ભૂતિર્ધ્રુવા નીતિર્મતિર્મમ.(૭૮)

જ્યાં યોગેશ્વર શ્રી કૃષ્ણ છે અને જ્યાં ધનુર્ધારી અર્જુન છે
ત્યાં લક્ષ્મી,વિજય, ભૂતિ, ઐશ્વર્ય અને
નિશ્ચલ નીતિ સર્વદા વાસ કરે છે એવો મારો મત છે.(૭૮)

અધ્યાય -૧૮-મોક્ષ-સંન્યાસ-યોગ-સમાપ્ત

શ્રીમદ્ ભગવદ ગીતા -સમાપ્ત

ટૂંકસાર-અધ્યાય-૧૮-મોક્ષસંન્યાસ યોગ

અર્જુન-હે કૃષ્ણ,હું સંન્યાસ અને ત્યાગ નું તત્વ અલગ અલગ જાણવા ઈચ્છું છું..(૧)
કૃષ્ણ-કામ્ય કર્મો (ફળની ઈચ્છા થી કરાતાં કર્મો)ના ત્યાગ ને જ્ઞાનીઓ
‘સંન્યાસ’ કહે છે.અને સર્વ કર્મોના ‘ફળ’ના ત્યાગ ને ‘ત્યાગ’ કહે છે.(૨)

ત્યાગ ત્રણ પ્રકારનો છે,કર્તવ્ય તરીકે નિયત થયેલાં કર્મોનો
મોહ-અજ્ઞાન વશ ત્યાગ તે તામસિક ત્યાગ..(૭)
કર્મો દુઃખરૂપ છે,એમ સમજી શારીરિક પીડાના ભયથી
કર્મો નો ત્યાગ તે રાજસિક ત્યાગ..(૮)

કર્તવ્ય કર્મ ને ધર્મ સમજી,આશક્તિ તથા ફળની ઈચ્છાનો
ત્યાગ કરી કરેલો ત્યાગ તે સાત્વિક ત્યાગ .(૯)

શરીર,મન અને વાણી વડે મનુષ્ય જે કઈ ધર્મ કે અધર્મ રૂપ કર્મ કરે છે તેના
પાંચ કારણો—દેહ,જીવાત્મા,સાધનો,ક્રિયાઓ અને દૈવ છે...(૧૪-૧૫)

પણ 'હું કર્તા છું' એવો જેનામાં અહંકાર ભાવ નથી,અને ફળની ઇચ્છાથી
જેની બુધ્ધિ લેપાતી નથી,તે જ્ઞાની સર્વ પ્રાણીઓને હણી નાખે,
તો પણ ખરી રીતે તે મારતો નથી કે બંધન માં પડતો નથી..(૧૭)

પછી ત્રણ જાતના (સાત્વિક,રાજસિક અને તામસિક)જ્ઞાન (૨૦-૨૨),
કર્મ (૨૩-૩૫),કર્તા (૨૬-૨૮)બુધ્ધિ (૩૦-૩૨),ધીરજ(૩૩-૩૫)
સુખ(૩૭-૩૯) બતાવ્યા છે.
બ્રાહ્મણ,ક્ષત્રિય,વૈશ્ય અને શુદ્રોના 'કર્મો' તેમના 'સ્વભાવગત ગુણો' અનુસાર
અલગ અલગ વિભાગ કરવામાં આવ્યા છે (૪૧)
તેમના કર્મો નું વર્ણન (૪૨-૪૪) માં છે.

"અહંકાર અને મોહને લીધે તું યુધ્ધ કરવા ઈચ્છતો નથી
પણ તારો ક્ષત્રિય સ્વભાવ અને તારા 'સ્વભાવજન્ય' પૂર્વકર્મનું બંધન
તને વિવશ કરીને પણ યુધ્ધ કરાવડાવશે".(૫૯- ૬૦)

સંસાર રૂપ યંત્ર પર પૂતળાની જેમ બેઠેલા સર્વ પ્રાણીઓ ને માયા વડે ભરમાવતો
પરમાત્મા તે સર્વ પ્રાણીઓના હૃદય માં વસે છે,
માટે સર્વ ભાવથી મારે શરણે આવ અને પરમ શાંતિ-મોક્ષ પ્રાપ્ત કર.(૬૧-૬૨)

આ પ્રમાણે મેં તને ગુહ્યત્તમ જ્ઞાન કહ્યું,
તેને તું બરાબર 'વિચારીને' પછી તારી 'ઈચ્છા' હોય તેમ કર .(૬૩)

આ ગીતા શાસ્ત્ર નું ગૂઢ જ્ઞાન તારે કદી તપરહિત,ભક્તિરહિત,સાંભળવા નહિ
ઈચ્છનારને,અને મારી અસૂયા (નિંદા) કરે છે,તેને કહેવું નહિ ..(૬૭)

અર્જુન-હે કૃષ્ણ,આપની કૃપાથી મારો મોહ સંપૂર્ણ પણે દૂર થયો છે,
અને હવે સંશય વગરનો થઇ આપના કહેવા પ્રમાણે જ કરીશ .(૭૩)

જ્યાં યોગેશ્વર શ્રી કૃષ્ણ અને જે પક્ષમાં ધનુર્ધારી અર્જુન છે,
ત્યાં લક્ષ્મી,વિજય,ઐશ્વર્ય અને અવિચળ નીતિ વાસ કરે છે.(૭૮)

શ્રીમદ્ ભગવદ ગીતા -સમાપ્ત

ગીતા -ઉડતી નજરે .....

અધ્યાય -૧ -માં ગીતાની પ્રસ્તાવના છે. કૌરવોએ પાંડવોનો રાજ્યભાગનો અધિકાર નામંજુર કર્યો,કૃષ્ણની સમજાવટ પણ નિષ્ફળ રહી.અને યુધ્દ્ધના મંડાણ થયાં. રણ ભૂમિની વચ્ચે રથમાં અર્જુન, સામા પક્ષમાં સગાં,મિત્રો અને ગુરૂને જોઇ શોક-વિષાદમાં આવી જઇ, યુધ્દ્ધ નહી કરવાનો નિશ્ચય કરે છે

અધ્યાય -૨ -માં ગીતાનું બીજ રોપાય છે.શરીર અને આત્માનું "જ્ઞાન "છે.
"સ્વ-ધર્મ" અને ક્ષત્રિય તરીકે ની ફરજ નું વર્ણન છે.
"કર્મ " નું જ્ઞાન બતાવેલ છે.સમતા રાખી,કામનાનો ત્યાગ કરી ફળ ની આશા કે ફળ પર અધિકાર નહી રાખવાનું શીખવે છે,.સ્થિતપ્રજ્ઞતાના લક્ષણો બતાવેલા છે.
ટૂંક માં અહીં જ્ઞાન યોગ અને કર્મ યોગ બંને નું વર્ણન કર્યું છે.

અધ્યાય -૩ -માં માત્ર કર્મ યોગ વિષે વર્ણન છે.કર્મો પ્રકૃતિના ગુણો ને લીધે થાય છે,અને કોઇ પણ મનુષ્ય એક ક્ષણ પણ કર્મ કર્યા વગર રહી શકતો નથી.
કર્મ કરવા પર નિષેધ નથી પણ કર્મ કરતાં કરતાં થતી,આસક્તિ (રાગ) અને દ્વેષ, એ અધ્યાત્મ માર્ગ ના વિઘ્નો છે.રજો ગુણ થી ઉત્પન્ન થતો "કામ" વેરી છે.
ટુંકમાં અહીં કર્મયોગ નું વર્ણન કરી પાછું જ્ઞાનયોગ થી સમાપ્તિ કરી છે કે-
શરીર થી ઇન્દ્રિયો પર છે,ઇન્દ્રિયો થી મન પર છે,
મન થી બુધ્દ્ધિ પર છે,બુધ્દ્ધિ થી પર આત્મા છે.

અધ્યાય -૪ માં જ્ઞાન અને કર્મ બંનેના સન્યાસ(ત્યાગ)વિષે કહ્યું છે.
ઈશ્વર અધર્મ નો નાશ કરવા મનુષ્ય રૂપે (દેવરૂપે) અવતાર લે છે,
જેને અજ્ઞાની લોકો ભગવાન માનવા તૈયાર નથી.જેથી તેનામાં અસંખ્ય સંશયો પેદા થાય છે,જે સંશયોને આત્મ જ્ઞાનની તલવારથી કાપી નાખી કર્મયોગનું પાલન (યુધ્દ્ધ)કરવાનું શીખવે છે.આત્મ -જ્ઞાનીને કર્મ નું બંધન રહેતું નથી.

અધ્યાય -પ માં માત્ર કર્મના સન્યાસ(ત્યાગ) ની રીત શીખવવા યોગતત્વનો પ્રારંભ કરેલો છે.પ્રકૃતિ (માયા)કાર્ય કરે છે,આ સમજી લઇ ,"હું કશું કરતો નથી પણ ઇન્દ્રિયો તેમના વિષયોમાં પ્રવૃત થાય છે" એમ વિચારવાનું કહે છે.ઇન્દ્રિયોને તેમના વિષયમાંથી કેમ પછી ખેંચી લેવી ,તે માટેની વિધિ નું વર્ણન કરેલ છે.
આમ જ્ઞાનથી જ કર્મ નો ત્યાગ કરી શકાય છે

અધ્યાય -૬ -માં યોગતત્વ પ્રાપ્ત કરવા આસનો,અષ્ટાંગ યોગ,ચંચળ મનને અભ્યાસથી વશ કરવું,આત્મા વડે આત્માનો ઉધ્દ્ધાર કરવો-વગેરેનું વર્ણન કરેલ છે.
ફળની આશા વગર પોતાનું કર્તવ્યકર્મ કરનાર તે સંન્યાસી અને યોગી છે.
સંકલ્પ નો સંન્યાસ(ત્યાગ)કર્યા વિના યોગી થઇ શકતું નથી.યોગ પ્રાપ્તિ માટે યોગીને 'કર્મ' એ 'સાધન' છે. તે જ યોગી યોગ પ્રાપ્ત કરે પછી કર્મત્યાગ એ 'સાધન' છે.કૃષ્ણ અર્જુન ને યોગી થવાનું કહે છે

અધ્યાય -૭ -.માં જે જાણીને બીજું કંઇ જ જાણવાનું બાકી ના રહે તે જ્ઞાન, વિજ્ઞાન સહિત કહેલું છે.પરા અને અપરા પ્રકૃતિ નું વર્ણન છે.

દોરીમાં જેમ મણકા પરોવાયેલ છે તેમ સર્વ જગત પરમાત્મામાં ગુંથાયેલું છે,
ત્રિગુણાત્મક માયાને પાર કરવા ઈશ્વરનું શરણ તે એકમાત્ર ઉપાય છે.
ચાર પ્રકારના જુદાજુદા ભક્તો નું વર્ણન છે.
યોગમાયા થી આવૃત થયેલા પરમાત્મા સર્વ ને દેખાતા નથી,અને
અવ્યક્ત હોવા છતાં અજ્ઞાનીઓ પરમાત્માને દેહ ધારી માને છે.

અધ્યાય -૮ -માં બ્રહ્મ,અધ્યાત્મ,કર્મ,અધિભૂત,અધિદૈવ,અધિયજ્ઞની
વ્યાખ્યા આપી સમજાવ્યું છે.વળી મરણ સમયે પરમાત્માનું સ્મરણ કરતાં કરતાં
શરીર છોડવું તે બતાવેલ છે.

અધ્યાય -૯ -માં અત્યંત ગુઢમાં ગુઢ જ્ઞાનનું વર્ણન છે.
પરમાત્મા નું અવ્યક્ત સ્વરૂપ છે, અને સકળ વિશ્વ તેનાથી વ્યાપ્ત છે.
એનામાં સર્વ જીવો રહેલાં છે,પણ તેમનામાં એ સ્થિત નથી .
જે રીતે સર્વગામી વાયુ આકાશમાં રહેલો છે,તેવી રીતે સર્વ જીવો તેનામાં
રહેલાં છે.પ્રકૃતિનો આશ્રય લઇ કલ્પ ના અંતે તે જીવોને ફરી પેદા કરે છે.
દૈવી અને અસુરી પ્રકૃતિના મનુષ્યો નું વર્ણન છે.

અધ્યાય-૧૦-'જ્ઞાન' તથા 'શક્તિ' આદિનું મૂળ કારણ ઈશ્વર છે.
સુખ દુઃખ જેવા અનેક વિવિધ ભાવો એનાથી જ ઉત્પન્ન થાય છે.
જે જે વસ્તુ વિભૂતિ યુક્ત ,ઐશ્વર્યયુક્ત અને કાંતિ યુક્ત છે.તે સર્વ તેના તેજના
'અંશ' થી ઉપજેલી છે.તેના અંશમાત્રથી સમગ્ર જગત ધારણ થયેલું છે.

અધ્યાય-૧૧ -માં કૃષ્ણે અર્જુનને વિશ્વરૂપ-વિરાટ સ્વરૂપનું દિવ્ય ચક્ષુ આપી
દર્શન કરાવ્યું.કે જે માત્ર અનન્ય ભક્તિ વડે જ જોવાનું શક્ય છે.
જે જોઇ અર્જુન હર્ષ અને ભયને પામે છે.
અને તેની વિનંતીથી કૃષ્ણ પાછા મૂળ સ્વરૂપને ધારણ કરે છે.

અધ્યાય-૧૨ -માં બ્રહ્મના નિરાકાર કે સાકાર એ બંનેમાં કોણ શ્રેષ્ઠ છે?
અર્જુનના પ્રશ્ન નો કૃષ્ણ જવાબ આપે છે."મારામાં મન રાખીને, જે નિત્ય તત્પર
રહીને શ્રધ્ધાથી મને ભજે છે,તે શ્રેષ્ઠ યોગી છે"
ભક્તિ ને જ્ઞાન અને કર્મની પુરક બતાવી છે.અભ્યાસ કરતાં જ્ઞાન શ્રેષ્ઠ છે,
જ્ઞાન કરતાં ધ્યાન શ્રેષ્ઠ છે,અને ધ્યાન કરતાં પણ કર્મ ફળોનો ત્યાગ શ્રેષ્ઠ છે.

અધ્યાય-૧૩-માં ક્ષેત્ર અને ક્ષેત્રજ્ઞ વિષે સમજાવતા કહે છે કે
શરીરને ક્ષેત્ર કહેવાય છે,અને તેને જે જાણે છે તેને ક્ષેત્રજ્ઞ કહે છે.
'પ્રકૃતિ' અને 'પુરુષ' ,બન્ને ને તું અનાદિ અને નિત્ય છે,
શરીરના રાગ-દ્વેષાદિ,સત્વ આદિ વિકારો 'પ્રકૃતિ' થી ઉત્પન્ન થયેલા છે.
અંતે કહે છે કે જેમ સૂર્ય સર્વ લોકને પ્રકાશિત કરે છે
તેમ એક જ 'ક્ષેત્રજ્ઞ'(આત્મા-પરમાત્મા),સર્વ 'ક્ષેત્ર'ને(શરીરને) પ્રકાશિત કરે છે.

અધ્યાય-૧૪-માં પ્રકૃતિ,ગુણો અને ગુણાતીત વિષે સમજાવ્યું છે.અને કહે છે કે-
"મારી 'મૂળ(મહદ બ્રહ્મ) પ્રકૃતિ'એ સર્વ ભૂતોની યોનિસ્થાન (ગર્ભ સ્થાન) છે.
તેમાં હું જ પિતા તરીકે ચેતન ના અંશ રૂપ બીજ મૂકું છું અને હું જ ગાતા

તરીકે ગર્ભ ધારણ કરું છું.જેનાથી સર્વ ભૂતોની ઉત્પત્તિ થાય છે .
સત્વ,રજસ અને તમસ એ ત્રણ ગુણો પ્રકૃતિમાંથી ઉત્પન્ન થયેલા છે,
અને આ ત્રણ ગુણો, દેહમાં રહેલા અવિનાશી જીવાત્મા ને બાંધે છે.
ભક્તિ યોગ થી આ ત્રણ ગુણો થી પર જઈ
ગુણાતીત (બ્રહ્મ ભાવ) પામવા યોગ્ય બનાય છે.

<u>અધ્યાય-૧૫</u>-માં સંસાર રૂપી પીપળાના વૃક્ષ ના 'મૂળ' ઉપર છે અને શાખાઓ
નીચે છે,તથા તેનો કદી નાશ થતો નથી,એમ કહ્યું છે.
વેદના છંદો તેના પાંદડા છે,આ રહસ્યને જાણનાર વેદવેતા છે.અને ક્ષર,અક્ષર
અને પુરુષોત્તમ પુરુષને સમજાવી ગુહ્યત્તમ -અધ્યાત્મ શાસ્ત્ર સમજાવ્યું છે.

<u>અધ્યાય-૧૬</u>-માં દૈવી અને આસુરી સંપદનું અને તેવા મનુષ્યો નું વર્ણન છે.
પુરૂષનો નાશ કરનાર -કામ,ક્રોધ અને મોહ આ ત્રણ છે.એમ બતાવી .
કરવા યોગ્ય કે ના કરવા યોગ્ય કર્મોનો નિર્ણય કરવામાં શાસ્ત્ર જ પ્રમાણ છે.
માટે તેના મુજબ કરવા યોગ્ય કર્મ કરવા તે જ યોગ્ય છે.એમ કહ્યું છે.

<u>અધ્યાય-૧૭</u>-માં સાત્વિક,રાજસિક,તામસિક -
ત્રણ પ્રકારની શ્રધ્ધા ,આહાર,યજ્ઞ,તપ,અને દાન નું વર્ણન કરેલું છે.

<u>અધ્યાય-૧૮</u>-માં સન્યાસ અને ત્યાગ વિષે સમજાવતાં કહે છે કે --
કામ્ય કર્મો (ફળની ઈચ્છા થી કરાતાં કર્મો)ના ત્યાગ ને જ્ઞાનીઓ 'સંન્યાસ' કહે છે.
અને સર્વ કર્મોના 'ફળ'ના ત્યાગ ને 'ત્યાગ' કહે છે.

ત્યાગ ત્રણ પ્રકારનો છે,કર્તવ્ય તરીકે નિયત થયેલાં કર્મોનો મોહ-અજ્ઞાનવશ
ત્યાગ તે તામસિક ત્યાગ,કર્મો દુઃખરૂપ છે,એમ સમજી શારીરિક પીડાના ભયથી
કર્મો નો ત્યાગ તે રાજસિક ત્યાગ.કર્તવ્ય કર્મને ધર્મ સમજી,આશક્તિ તથા ફળની
ઈચ્છાનો ત્યાગ કરી કરેલો ત્યાગ તે સાત્વિક ત્યાગ.

'હું કર્તા છું' એવો જેનામાં અહંકાર ભાવ નથી,અને ફળની ઇચ્છાથી જેની બુદ્ધિ
લોપાતી નથી,તે જ્ઞાની સર્વ પ્રાણીઓને હણી નાખે,
તો પણ ખરી રીતે તે મારતો નથી કે બંધન માં પડતો નથી.

અંતે અર્જુન કહે છે કે "આપની કૃપાથી મારો મોહ સંપૂર્ણ પણે દૂર થયો છે,
અને હવે સંશય વગરનો થઇ આપના કહેવા પ્રમાણે જ કરીશ ."

જ્યાં યોગેશ્વર શ્રી કૃષ્ણ અને જે પક્ષમાં ધનુર્ધારી અર્જુન છે,
ત્યાં લક્ષ્મી,વિજય,ઐશ્વર્ય અને અવિચળ નીતિ વાસ કરે છે.

<u>ગીતા-ભગવદ ગીતા-શ્રીમદ ભગવદગીતા -સમાસ.</u>

<u>Book Made in USA By amazon.com</u>

More Gujarati Books
from Anil Pravinbhai Shukla on Amazon

1. Yog Vaasishth-Part-1
2. Yog Vaasishth-Part-2
3. Yog Vaasishth-Part-3
4. Ramayan-Rahasya
5. Ramcharit Manas-Part-1
6. Ramcharit Manas-Part-2
7. Ramcharit Manas-Part-3
8. Sundar Kaand
9. Bhagvat Rahasya-Part-1
10. Bhagvat Rahasya-Part-2
11. Gita Saar
12. Gita As It Is
13. Gnaneshavari Gita Rahasya
14. Ashatavakra Gita-As It Is
15. Darshan Shastro
16. Vedant Saar
17. Raj-Yog and Yog-Sutra
18. Dongreji Maharaj-Life

Hindi Books By Renuka Anil Shukla
1. Bhagvat Rahasya-Part-1
2. Bhagvat Rahasya-Part-2

Read and Download all these books free
Visit
www.sivohm.com
email---lalaji@sivohm.com

Printed in Great Britain
by Amazon

46232226R00076